இவர்களைப் போல் நாமும

லதானந்த்

சத்யா

Title
Ivarkalai Pol Naanum
Lathananth
ISBN: 978-93-6666-669-3
Title Code : Sathyaa - 119

நூல் தலைப்பு
இவர்களைப்போல் நானும்

நூல் ஆசிரியர்
லதானந்த்

முதற்பதிப்பு
டிசம்பர் 2024

விலை : ₹ 200

பக்கம் : 158

Printed in India

Published by

Sathyaa Enterprises
No.134, First Floor,
Choolaimedu high road, Choolaimedu,
Chennai - 600 094.
044 - 4507 4203

Email
sathyaabooks@gmail.com

காணிக்கை

இந்த நூலைத் தமிழ்நாடு அரசு வனத்துறையின் தலைமை வனப் பாதுகாவலர், மரியாதைக்குரிய திரு. **ந. சதீஷ்** IFS., அவர்களுக்குக் காணிக்கையாக்குகிறேன்.

என்னுரை

சாதனைகள் செய்தவர்களின் முயற்சிகளும் அவர்கள் அடைந்த வெற்றிகளும் என்றுமே வசீகரம் மிக்கன. அதிலும் ஆண்கள் மட்டுமே கால் பதித்த பல துறைகளிலும் பெண்களும் ஈடுபட்டு, வெற்றிகளைப் பெற்றிருப்பது மிகக் கூர்ந்து கவனிக்கத்தக்கது.

விடாமுயற்சி மற்றும் தன்னம்பிக்கை ஆகியனவற்றைத் துணையாகக் கொண்டு, போராடி சாதனைகள் படைத்த மகளிர் உலக அளவில் ஏராளம் உண்டு. அவர்களில் இந்தியத் திருநாட்டில் பிறந்து, பல்வேறு துறைகளிலும் துணிச்சலுடன் புகுந்து, எதிர்நீச்சல் போட்டு, சமுதாயமே தம்மைத் திரும்பிப் பார்க்கச் செய்திருக்கும் பெண்களின் வெற்றிகளையும் அதற்காக அவர்கள் பட்ட பாடுகளையும் இந்த நூலில் காணலாம்.

சமுதாயத்தின் அடித்தட்டில் இருந்தவர்கள், விளிம்பு நிலையில் அவதிப் பட்டவர்கள், உடற்குறை மற்றும் உயரக் குறைவால் பாதிக்கப்பட்டவர்கள், திருநங்கைகள் போன்ற பல தரப்பட்ட பெண்களும் சாதனை மகுடங்களைத் தரித்துக் கொண்ட வரலாற்றை இந்த நூல் பேசும்.

'நம்மாலும் முடியுமா?' என்று பல பெண்களுக்கு இருக்கும் தயக்கத்தை இந்த நூல் தகர்த்தெரியும். தடைக்கற்களைப் படிக்கற்களாக மாற்ற இந்த சாதனை மங்கையரின் உண்மைக் கதைகள் உத்வேகம் அளிக்கும்.

குமுதம் சிநேகிதி இதழில் 'கில்லாடி லேடி' என்ற தலைப்பில் வெளியாகி வரும் தொடரில் இருந்து சில அத்தியாயங்கள் நூலாகத் தொகுக்கப்பட்டு, உங்கள் கைகளில் இப்போது தவழ்கிறது. தொடராக வெளியிட்டு வரும், குமுதம் சிநேகிதி நிர்வாகத்தினருக்கும், அழகிய நூலாக வடிவமைத்திருக்கும் சத்யா என்டர்பிரைசஸ் நிறுவனத்தினருக்கும் என் மனமார்ந்த நன்றி.

– என்றும் அன்புடன்

லதானந்த்

கோயமுத்தூர்

30.08.2024

உள்ளே...

1. **ரஸீலா பென் வாதர்** 8
(சிங்க மீட்புப் பணியில் சேர்ந்த முதல் பெண் வனவர்)

2. **ஜி.எஸ்.ரோஷினி** 12
(பாம்பு பிடிக்கும் பெண் வன அதிகாரி)

3. **ஜோதி கிஷாஞ்சி ஆம்கே** 16
(62.8 செ.மீ. மட்டுமே உடலின் உயரம்;
சாதித்திருப்பதோ பல மடங்கு உயரம்!)

4. **ஸ்ரீபதி** 20
(தமிழ்நாட்டில் பழங்குடியினர் சமூகத்தின்
முதல் பெண் சிவில் நீதிபதி)

5. **ஜிலுமோள் மாரியட் தாமஸ்** 23
(இரு கைகளும் இல்லாமல் நான்கு சக்கர வாகனம் ஓட்ட
உரிமம் பெற்ற முதல் ஆசியப் பெண்)

6. **ஆஷா கந்தாரா** 27
(துணை கலெக்டர் பதவிக்கு வந்த துப்புரவுத் தொழிலாளி)

7. **என்.காயத்ரி** 31
(மிக இளம் வயதிலேயே நீதிபதியான பெண்மணி)

8. **ஜோயிதா மண்டல்** 34
(இந்தியாவின் முதல் திருநங்கை நீதிபதி)

9. **சேத்னா காலா சின்ஹா** 37
(கிராமப் புறப் பெண்களுக்காக வங்கி நடத்துபவர்)

10. **குட்டியம்மா** 40
(104ஆவது வயதில் தேர்வெழுதிப் பாஸானவர்)

11. **திவ்யா ராவ்** 43
(10x15 உணவகக் கடையில் ஆண்டொன்றுக்கு 50கோடி ரூபாய்
வியாபாரம் செய்யும் சாதனைப் பெண்!)

12.	தீபிகா செளத்ரி	47
	(இந்தியாவின் முதல் பெண் பாடி பில்டர்)	
13.	சாரா சன்னி	51
	(இந்தியாவின் காது கேட்காத, வாய் பேசவியலாத - முதல் பெண் வழக்கறிஞர்)	
14.	மௌஷ்மி கபாடியா	55
	(முகனுக்குப் பிறவிக் குறைபாடு இருந்தபோதும் பயணங்களில் சாதிக்கும் தாய்)	
15.	ஃபாத்திமா பேகம்	59
	(இந்தியாவின் முதல் பெண் இயக்குநர்)	
16.	பி.வி.சிந்து	62
	(அடுத்தடுத்த இரண்டு ஒலிம்பிக் பந்தயங்களில் பதக்கங்களை வாங்கிய முதல் இந்தியப் பெண்மணி)	
17.	ஜெயா வெர்மா சின்ஹா	66
	(இந்திய ரயில்வேயின் முதல் பெண் தலைமை நிர்வாக அதிகாரி)	
18.	வல்லாரி சந்திராகர்	69
	(விவசாயியாக மாறிய கல்லூரிப் பேராசிரியர்)	
19.	சூலமங்கலம் சகோதரிகள்	72
	(இன்னிசை பாடிய இசையரசிகள்)	
20.	சாரா லக்கானி	76
	(பிளாஸ்டிக் கழிவுகளில் இருந்து ஆடைகள் தயாரிப்பவர்)	
21.	ஜெய் பாரதி	80
	(கிராமப் புறப் பெண்களுக்கு இலவசமாக வாகனங்களை ஓட்டும் பயிற்சியளிப்பவர்)	
22.	வில்லுப்பாட்டு மாதவி	84
	(வில்லுப்பாட்டு நிகழ்ச்சியில் வெற்றி முத்திரை பதிப்பவர்)	
23.	லஹரி பாய்	89
	(சிறுதானிய ராணி)	
24.	தில்லையாடி வள்ளியம்மை	93
	(இந்தியாவின் புனித மகள்)	
25.	கீர்த்தி கோவிந்தசாமி	97
	(கதை சொல்வதற்காக தேசியப் படைப்பாளி விருது பெற்ற பெண்)	
26.	சிந்து கணபதி	101
	(தென்னிந்தியாவின் பயணச் சீட்டுப் பரிசோதகரான முதல் திருநங்கை)	

27.	சுமன் குமாரி	104
	(இந்தியாவின் எல்லைக் காவல் படையின் முதல் பெண் ஸ்னைப்பர்)	
28.	ரேகா கார்த்திகேயன்	107
	(ஆழ் கடலில் மீன்பிடி உரிமம் பெற்றிருக்கும் முதல் இந்தியப் பெண்)	
29.	திஷா கோவிந்த் நாயக்	111
	(இந்தியாவின் முதல் பெண் ஏர்போர்ட் தீயணைப்பு வீரர்)	
30.	கே.பி.சுந்தராம்பாள்	114
	(விடுதலை கீதம் பாடிய இசைக் குயில்)	
31.	சுதா மூர்த்தி	119
	(இந்தியத் தகவல் தொழில்நுட்பத் துறையின் அடையாளம்)	
32.	ஜோதிர்லதா கிரிஜா	123
	(இலக்கியத்தில் சாதித்து முத்திரை பதித்தவர்)	
33.	ஜெயஸ்ரீ	128
	(படுகர் இனத்தில் முதல் பெண் விமானி)	
34.	இனியது இனியது இனியாவின் சாதனை இனியது!	131
	(12ஆவது வயதில் நூல் எழுதி வெளியிட்ட சிறுமி)	
35.	ஹேமலதா ஸ்ரீனிவாசன்	135
	(போட்டிகளில் வெல்வதே பொழுதுபோக்கு)	
36.	இளவேனில் வாலறிவன்	140
	(துப்பாக்கி சுடும் வீராங்கனை)	
37.	கேப்டன் சுப்ரீதா CT	144
	(சியாச்சின் பகுதியில் பணியாற்றிய முதல் பெண் ராணுவ அதிகாரி)	
38.	மனு பாக்கர்	146
	(2024 பாரிஸில் நடக்கும் ஒலிம்பிக் போட்டிகளில் முதல் பதக்கம் பெற்ற இந்திய வீராங்கனை)	
39.	உமா குமரன்	150
	(பிரிட்டன் நாடாளுமன்ற உறுப்பினராகியிருக்கும் முதல் தமிழ்ப் பெண்)	
40.	சுபிக்ஷா	152
	(98 மொழிகள் தெரிந்த அதிசயச் சிறுமி)	
41.	அனன்யா சிங்	154
	(22 வயதிலேயே ஐ ஏ எஸ். அதிகாரியான இளம்பெண்)	
42.	உமா ரமணன்	156
	(மேடைக் கச்சேரிகளிலும், திரைப்படங்களிலும் இசை மழை பொழிந்தவர்)	

1. ரஸீலா பென் வாதர்
சிங்க மீட்புப் பணியில் சேர்ந்த முதல் பெண் வனவர்

வன உயர் அதிகாரிகளில் பெண்கள் பதவி வகிப்பது பல ஆண்டு களாகவே நடைமுறையில் உள்ள ஒன்றுதான். ஆனால் வனத் துறையின் கீழ் நிலைப் பணியாளர் பதவிகளிலும் பெண்கள் சேர்ந்து ஜொலிப்பது சமீப கால ஆரோக்கியமான வளர்ச்சியாகவே பார்க்கப்படுகிறது. வனத் துறையிலும் 33% இட ஒதுக்கீட்டைப் பெண்களுக்கு அளித்திருக்கும் முதல் மாநிலமாக குஜராத் விளங்கு கிறது.

குஜராத்தில் இருக்கும் கீர் தேசியப் பூங்கா மற்றும் வன விலங்கு சரணாலயத்துக்கு சாஸன் கீர் என்ற இன்னொரு பெயரும் உண்டு. ஆசிய சிங்கங்களின் இயற்கையான வாழிடம் இது.

இந்தச் சரணாலயம் 1965ஆம் ஆண்டு உருவாக்கப்பட்டது; 1412 சதுர கிலோ மீட்டர்களுக்கும் அதிகமான பரப்பளவைக் கொண்டது. இதில் 259 சதுர கி.மீ. பாதுகாக்கப்பட்ட தேசியப் பூங்கா ஆகும். 1,154 சதுர கி.மீ. சரணாலயப் பகுதியாக நிர்வகிக்கப்படுகிறது. 2015ஆம் ஆண்டு, கீர் தேசிய வனப் பூங்கா மற்றும் வனவிலங்கு சரணாலயம் தனது 50ஆவது ஆண்டு விழாவைக் கொண்டாடியது.

ஒரு காலத்தில் ஜூனாகத் பகுதி நவாப்களின் வேட்டைக் களமாக இது திகழ்ந்திருக்கிறது. 1900ஆம் ஆண்டில் பாதுகாக்கப் பட்ட பகுதி என அறிவிக்கப்பட்டிருக்கிறது. சோம்னாத்துக்கு வட கிழக்கில் 43 கி.மீ. தொலைவிலும், ஜூனாகத்துக்கு 65 கி.மீ. தென் கிழக்கிலும் இது அமைந்திருக்கிறது.

நாகங்கள், புனுகுப் பூனைகள் பல வகையான மான்கள், மற்றும் ஏராளமான பாம்புகள் நிறைந்த வனப் பகுதி இது. அரிய வகைத் தாவரங்களும் நிரம்பியிருக்கின்றன.

ரஸீலா பென் வாதர் 2008ஆம் ஆண்டு குஜராத் வனத் துறையில் வனக் காப்பாளராகப் பணியில் சேர்ந்தவர். தன் உயிரைப் பணயம் வைத்துப் பல வன விலங்குகளையும் காப்பாற்றியிருக்கிறார். 1,100க்கும் மேற் பட்ட இவரது மீட்புப் பணிகளின் மூலம் பல சிங்கங்கள், சிறுத்தைகள், முதலைகள், மலைப்பாம்புகள் மற்றும் பல விலங்குகள் காப்பாற்றப் பட்டிருக்கின்றன. ரஸீலாதான் சிங்க மீட்புப் பணியில் சேர்ந்த முதல் பெண் வனக்காப்பாளர் ஆவார். பல உயிரபாயங்களை இவர் பணியில் இருக்கும்போது எதிர்கொண்டிருக்கிறார்.

2008ஆம் ஆண்டு குஜராத் மாநிலத்தின் கீர் தேசியப் பூங்காவில் பணியில் சேர்ந்ததன் மூலம் அந்த மாநிலத்தின் முதல் பெண் வனக் காப்பாளர் என்ற பெருமை ரஸீலாவுக்குக் கிடைத்திருக்கிறது. அன்றிலிருந்து கீர் காடுகளில் இருக்கும் வன விலங்குகளை மீட்பதில் மிக தைரியத்துடனும், அன்புடனும் தொடர்ந்து செயல்பட்டு வருகிறார்.

சாஸன் கீர் காடுகளில் உள்ள தேவாலியா சஃபாரி பூங்காவில் தற்போது வனவராகப் பணியாற்றும்போதுதான் இவர் இந்தச் சாதனைகளை நிகழ்த்தியிருக்கிறார்.

வனவிலங்கு மீட்சி தொடர்பாகப் பிற மாநிலங்களில் இருந்து வரும் வனத் துறை அலுவலர்களுக்குப் பயிற்சியும் கொடுக்கிறார்.

இவருக்கு உறுதுணையாகக் கிரண் பித்தியா மற்றும் தர்ஷனா பென் ககடா என்ற இரு பெண் வனத் துறை அலுவலர்களும் இருக்கிறார்கள். அனிமல் பிளானெட் என்ற வன உயிரினத் தொலக்காட்சி, கீர் காடு

களின் பெண் சிங்கங்கள் (Lion Queens of Girl) என்ற ஆவணப் படத்தில் இவர்களைப் பற்றிக் காட்சிப்படுத்தியிருக்கிறது.

“ஒருமுறை காயம்பட்டிருந்த சிங்கம் ஒன்றை மீட்பதற்காக எனது குழுவினருடன் சென்றிருந்தேன். அதற்கு மயக்க ஊசி செலுத்த வேண்டிய நிர்பந்தம் இருந்தது. நாங்கள் ஊசி போட்ட அதே சமயம் அது எங்களைத் தாக்கப் பாய்ந்தது. நாங்கள் தப்பித்து எங்கள் வாகனத்துக்கு வந்து உயிர்பிழைத்தோம். சிங்கமும் எங்களைத் திரும்பித் திரும்பிப் பார்த்தபடியே காட்டுக்குள் போய்விட்டது” என்று தமது மீட்பு அனுபவம் ஒன்றை விவரிக்கிறார் ரஸீலா.

வனத் துறையில் வனக் காப்பாளர் பதவியில் சேர்ந்தது பற்றி ரஸீலா வுக்கு மிகவும் பெருமை. பணியுயர்வில் வனவராக சாஸன் கிர் சரணாலயத்தில் சேர்ந்திருக்கிறார். மீட்புப் பணிகளில் இவருக்கு உதவிசெய்ய மூன்று முதல் நான்கு வனக் காப்பாளர்கள் இருக் கின்றனர். வன விலங்குகளுக்கு இடையூறு ஏற்படும் சமயங்களில், அதைப் போக்க நாங்கள் அந்த இடத்துக்கு விரைவோம். உதாரண மாக வன விலங்கு ஒன்று காட்டைவிட்டு நீங்கி, மனிதர்கள் வசிக்கும் இடத்துக்குள் புகுந்துவிட்டாலோ அல்லது கிணறு மாதிரி யான நீர் நிலைகளில் விழுந்துவிட்டாலோ உடனடியாக அங்கே சென்று பாதிக்கப்பட்ட மிருகத்தைப் பாதுகாப்பாக அதன் இயற்கை வாழிடத்தில் விடுவோம்” என்கிறார்.

பர்வீன் கஸ்வான் என்ற IFS அதிகாரி, ‘காட்டுக்குள் செல்லும்போது சிங்கத்தைவிடத் தன்னம்பிக்கையுடன் ரஸீலா செல்வார்’ எனக் குறிப்பிடுகிறார்.

காயம்பட்ட விலங்குகளை மீட்பதோடு, ஆதரவற்று வனத்தில் திரியும் இளம் விலங்குகளையும் காப்பாற்றி, வளர்த்து ஆளாக்கி வனத்துக்குள் விடும் பணியையும் செய்துவருகிறார். வேட்டைத் தடுப்புச் செயல்பாடுகளிலும் தீவிரமாக இயங்கிவருகிறார் ரஸீலா.

வீட்டினரின் எதிர்ப்பையும் மீறியே ரஸிலா இந்தப் பணியைத் தேர்ந்தெடுத்திருக்கிறார். ஆரம்ப காலத்தில் இவருக்கு எதிர்பார்த்த அளவுக்கு வனத் துறையிலும் ஆதரவு இருந்திருக்கவில்லை.

'நான் பெண்ணாக இருந்தாலும் ஆண் போலப் பணி செய்தாக வேண்டும் என்பதை உணர்ந்திருந்தேன். அதைப் போலவே கடுமை யாக உழைத்தேன்; இப்போது யாரும் என்னைச் சந்தேகிக்கவில்லை. களத்தில் இறங்கி வேலைசெய்யும்போது ஆணுக்குச் சளைத்தவள் இல்லை நான் என்பதை நிரூபித்தேன். இப்போது பெண்ணாலும் ஆண்கள் மட்டுமே செய்துவந்த வேலைகளையும் செய்ய முடியும் என்பதை ஒத்துக் கொண்டிருக்கிறார்கள்' என்கிறார் ரஸீலா.

குஜராத்தில் வாழ்நாள் சாதனையாளர்களுக்கு வழங்கப்படும் விருதான Gauravvanta Gujarati Awards இவருக்கு வழங்கப்பட்டிருக் கிறது. கீர் பகுதியின் அடர் வனங்களில் சிங்கக் குட்டிகளை வெற்றி கரமாக மீட்டதற்காக ரஸீலாவுக்கு இந்த விருது வழங்கப்பட்டிருக் கிறது.

குடியரசு தின விழா ஒன்றில், டெல்லியில் உள்ள ராஷ்ட்ரபதி பவனுக்கு இவரை அழைத்துக் குடியரசுத் தலைவர் கௌரவித்திருக் கிறார்.

2. ஜி.எஸ்.ரோஷினி

பாம்பு பிடிக்கும் பெண் வன அதிகாரி

பாம்பு பிடிப்பவர் என்று தன்னை அடையாளப்படுத்துவதை விட, 'பாம்பு மீட்பர்' என்றே அறியப்பட விரும்புகிறார் ரோஷினி.

கேரளா வனத் துறையில் பீட் ஃபாரஸ்ட் ஆஃபீசர் (Beat Forest Officer) என்ற பதவி வகிப்பவர் இவர். தமிழ்நாட்டில் இந்தப் பதவியை வனக் காப்பாளர் (Forest Guard) என்பார்கள்.

2017ஆம் ஆண்டு கேரள வனத் துறையில் சேர்ந்தார் ரோஷினி. அதற்கு முன்னர் தூர்தர்ஷனிலும் ஆகாசவாணியிலும் நிகழ்ச்சித் தொகுப்பளராகவும், செய்தி வாசிப்பாளராகவும் பணிபுரிந்திருக் கிறார். இயல்பிலேயே இயற்கை மீது நாட்டம் அதிகம் கொண்ட இவருக்கு வித்தியாசமான பணியில் சேர வேண்டும் என்ற விருப்பம் ஆரம்பத்திலேயே இருந்திருக்கிறது. அதனாலேயே வனத்துறைப் பணியைத் தேர்ந்தெடுத்திருக்கிறார்.

2019ஆம் ஆண்டு, விஞ்ஞான முறையில் பாம்புகளைப் பிடிக்கும் பயிற்சியினைக் கேரளா வனத்துறை தனது பணியாளர்களுக்கு அளித்தது. 539 பேர் பயிற்சியில் கலந்து கொண்டனர். அதில் ஆண்கள் 506 பேர்; பெண்கள் 33 பேர். ஆண்களில் 295 பேரும்,

பெண்களில் 23 பேரும் மட்டுமே பாம்புகளைப் பிடிக்கத் தகுதியான வர்கள் என்று தேர்ந்தெடுக்கப்பட்டார்கள். அந்த 23 பெண்களில் ரோஷினியும் ஒருவர். அதில் பங்கெடுத்து சிறப்பான முறையில் தேறியதால் பாம்புகளைப் பாதுகாப்பாக மீட்டெடுக்கும் உரிமத்தை யும் இவருக்குக் கேரளா வனத் துறை வழங்கியிருக்கிறது.

பயிற்சியின்போது பாம்புகளின் உடலமைப்பு, செயல்பாடுகள் மற்றும் இருப்பிடங்கள் போன்றனவும் கற்றுத்தரப்பட்டன.

இவர் இதுவரை விஷமுள்ள நாகப் பாம்பு, விரியன் வகைப் பாம்புகள் மற்றும் மலைப் பாம்பு ஆகியனவற்றை அதிக எண்ணிக்கையில் மீட்டு, அடர் வனப் பகுதியில் விட்டிருக்கிறார்.

வனத் துறையின் ஒரு பிரிவான ரேபிட் ரெஸ்பான்ஸ் டீம் (Rapid Response Team) என்ற அமைப்புக்குப் பாம்புகளைப் பிடிக்கச் சொல்லிக் கோரிக்கை வரும்பொழுது, மின்னல் வேகத்தில் அங்கே சென்று பாம்பு மீட்புப் பணியில் ஈடுபடுபடுவது ரோஷினியின் வழக்கம். கிட்டத்தட்ட இந்த அமைப்புக்கு நாளொன்றுக்கு 30 முதல் 40 வரை தொலைபேசி அழைப்புகள் வருமாம்.

முதன் முதலில் பாம்பைத் தொட்டபோது பயமே ஏற்படவில்லை இவருக்கு; மாறாக சந்தோஷம்தான் ஏற்பட்டிருக்கிறது.

பொதுமக்கள் தங்கள் வீட்டருகிலோ, வயலிலோ, சாலையிலோ அல்லது வேறு எங்கு பாம்பைக் கண்டாலும் அதை அடிக்கக் கூடாது என்பதை வலியுறுத்திச் சொல்கிறார் இவர். மாறாக, வனத் துறை யினருக்கு உடனடியாகத் தகவல் தெரிவித்தால். பத்திரமாகப் பாம்பை மீட்பார்கள் என்றும் தெரிவிக்கிறார்.

விஞ்ஞான முறைப்படி பாம்பைப் பிடிப்பதற்கு உரிய கருவிகள் இருக்கின்றன. நுனியில் வளைந்த இரும்புக் கம்பி அதில் முக்கிய மானது. அதைக் கொண்டே பாம்பை எளிதில் பிடித்துவிட முடியும் என்கிறார். தவிர்க்க இயலாத சந்தர்ப்பங்களில் பாம்பின் வாலையும் பிடிக்க நேரிடும். பாம்பைப் பிடித்து எடுத்துச் செல்வதற்கென்றே பிரத்யேகமான பை ஒன்றையும் இவர் வைத்திருக்கிறார். அந்தப் பையின் வாயில் ஒரு பிவிசி குழாயைப் பொருத்தி சுவர் ஓரமாக

வைத்து விட்டுப் பாம்பை லாவகமாக அதனருகில் கொண்டு செல்லும் போது அநேகமாக எல்லாப் பாம்புகளும் அந்தப் பைப் வழியாகப் புகுந்து, இணைக்கப்பட்டிருக்கும் பைக்குள் சென்று விடு கின்றன. அதன் பின்னர் ஜாக்கிரதையாக அந்த பிவிசி பைப்பை நீக்கி விட்டுப் பையின் வாயைச் சுருக்கிட்டு விடுகிறார்.

இப்படி அகப்பட்ட பாம்பை அதிக நேரம் பைக்குள் வைத் திருக்கக் கூடாதாம். விரைவாக ஆளில்லாத அடர் வனப் பகுதியில் சென்று பாதுகாப்பாகப் பையை அவிழ்த்துப் பாம்பை வெளியில் விட்டுவிடுகிறார் ரோஷினி. பாம்பு கையில் கிடைத்தவுடன், அதைச் சாக்கு அல்லது பைக்கு மாற்ற ரோஷினிக்கு ஒன்றரை நிமிடக் கால அவகாசம் போதும்.

முன்பெல்லாம் மீட்கப்பட்ட பல பாம்புகள், காட்டுக்குள் விடப் பட்டவுடன் இறந்து போயிருக்கின்றன. காரணம், மீட்புப் பணியின் போது அவற்றுக்கு ஏற்படும் காயங்கள்தான். எனவே பாம்பு களுக்குக் காயம் ஏற்படாமல் மீட்புப் பணி செய்ய வேண்டும் என்பதில் இவர் உறுதியாக இருக்கிறார்.

சமீப காலங்களில் மனித - மிருக மோதல் (Man - animal conflict) அதிகரித்து வருகிறது என்றும், பொது மக்களுக்கு இது தொடர்பான விழிப்புணர்ச்சி இன்னும் அதிகமாகத் தேவைப்படுகிறது என்பதும் இவர் கருத்து.

இவரைப் போலவே பாம்பு பிடிக்கும் வாவா சுரேஷ் என்பவரைப் பற்றி மிக உயர்வாகவே இவர் பேசுகிறார். 'சுரேஷுக்கு பாம்பு களைப் பற்றி மிக நன்கு தெரியும். ஆனாலும் அவர் சமீபத்தில் ஒரு பாம்பிடம் கடிபட்டது துரதிர்ஷ்டவசமானது. அது எப்படி நேர்ந்தது என்று எனக்குத் தெரியவில்லை' என்னும் ரோஷினி, பாம்புகளை மீட்கும் பணி 99% ஆபத்தில்லாததாகவே உள்ளது என்கிறார்.

மக்கள் SARPA (Snake Awareness Rescue and Protection Application) என்ற செயலியைத் தரவிறக்கம் செய்து வைத்துக் கொள்வது நல்லது என ஆலோசனை சொல்கிறார். இந்தச் செயலியை கூகுள் பிளே ஸ்டோரில் இருந்து தரவிறக்கம் செய்துகொள்ளலாம். இதில் பாம்பு பிடிப்பவர்களது தொலைபேசி எண், முகவரி போன்ற விவரங்கள்

இருக்கும். பாம்பைப் பார்த்தவுடன் எளிதில் அவர்களைத் தொடர்பு கொள்ள இது உதவும். மேலும் பாம்பைப் புகைப்படமெடுத்து இதில் பதிவேற்றம் செய்தால் மீட்க வருபவர்களுக்கு முன்கூட்டியே பிடிக்கப் போகும் பாம்பைப் பற்றிய விவரங்களைத் தெரிந்து கொள்ள வசதியாக இருக்கும்.

பாம்பு தானாகவே யாரையும் பின்தொடர்ந்து வந்தெல்லாம் கொத்தாது. அதற்கு இடையூறு என்று நினைத்தால் மட்டுமே தற்காப்புக்காக மட்டுமே அது கொத்தும் என்பதை மக்கள் உணர வேண்டும் என்கிறார்.

"யாரையாவது பாம்பு கடித்துவிட்டால், கடித்த இடத்தில் ரத்தத்தை உறிஞ்சுவது, காயத்துக்கு மேலோ கீழோ தவறான முறையில் கட்டுப் போடுவது போன்றவற்றைத் தவிர்த்து உடனடியாக அருகில் உள்ள மருத்துவமனைக்குக் கொண்டு செல்ல வேண்டும்.

பயோ டைவர்சிடி என்னும் பல்லுயிர்ப் பெருக்கக் கோட்பாட்டுக்குப் பெரிதும் உதவியாக இருப்பன பாம்புகள். நாகப் பாம்பு போன்றவை ஷெட்யூல்ட் 2 என்ற பட்டியலில் வருவன. அவற்றைக் கொன்றால் 3 ஆண்டுகள் முதல் 7 ஆண்டுகள் வரை சிறைத் தண்டனையும், 10,000 ரூபாய் வரை அபராதமும் விதிக்கச் சட்டத்தில் இடமுண்டு என்பதை நினைவில் கொள்ள வேண்டும்" என்கிறார் ரோஷினி.

இவர் பாம்புகளை மீட்கும் காணொளிகள் பலவும் இணையத்தில் வைரலாகி வருகின்றன. இவருக்குத் திருமணமாகி 2 குழந்தைகள் இருக்கின்றனர். கணவர் இவரது பணிக்கு மிகவும் ஊக்கம் கொடுக்கிறார். அதே சமயம் ஜாக்கிரதையாகவும் இருக்கும்படி அடிக்கடி கூறுவாராம். ஆனால் இவரது பெற்றோருக்கு இவரது மீட்புப் பணியைப் பற்றிய பயம் இருக்கவே செய்கிறது.

கணவர் சஜித்குமார் கூட்டுறவுத் துறையில் முதுநிலை ஆய்வாளராகப் பணியாற்றுகிறார். இந்தத் தமபதியினருக்குப் பள்ளியில் படிக்கும் தேவநாராயணன் மற்றும் சூரியநாராயணன் ஆகிய இரு மகன்கள் உள்ளனர்.

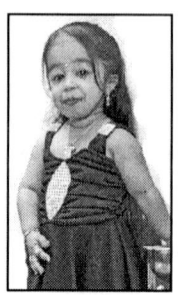

3. ஜோதி கிஷாஞ்சி ஆம்கே

62.8 செ.மீ. மட்டுமே உடலின் உயரம்;
சாதித்திருப்பதோ பல மடங்கு உயரம்!

ஜோதி கிஷாஞ்சி ஆம்கே ஓர் இந்திய நடிகை. மாடலாகவும் பணிபுரிகிறார். இவர் மஹாராஷ்ட்ரா மாநிலத்தில் உள்ள நாக்பூரைச் சேர்ந்தவர். இவர் 16.12.1993ஆம் ஆண்டு பிறந்தவர். கின்னஸ் சாதனை ஆவணங்களின்படி உலகின் மிகக்குள்ளமான பெண் இவர்தான்.

இவரது 18ஆவது பிறந்த தினமான 16.12.2011 அன்று அதிகார பூர்வமாக கின்னஸ் சாதனை ஆவணத்தில் 'உலகின் மிகக் குள்ள மான பெண்' என்ற தகவல் வெளியிடப்பட்டிருக்கிறது. இவரது உயரம் 62.8 செ.மீ. (2 அடி 3-4 அங்குலம்) மட்டுமே! இவரது எடை 5 கிலோ கிராம்.

இவரது குள்ளமான தோற்றத்துக்கு 'பிரைமார்டியல் ட்வார்ஃபிஸம் - அகோன்ட்ரோப்லாஸியா' (primordial dwarfism - achondroplasia) என்னும் மரபியல் குறைபாடுதான் காரணம். இந்தக் குறைபாடு உள்ளவர்கள் குறிப்பிட்ட ஓர் உயரத்துக்கு மேல் வளர மாட்டார்கள்.

5 வயது வரை இவரின் வளர்ச்சி இயல்பாகவே இருந்தது என அவரது தாயார் ரஞ்சனா கூறுகிறார். இவர் 4 வயதுக்குப் பிறகு பள்ளியில்

சேர்க்கப்பட்டார். பின்னாட்களில் இவருக்கென்று தனிப்பட்ட முறையில் வடிவமைக்கப்பட்ட மேசை மற்றும் நாற்காலி இவருக்குக் கொடுக்கப்பட்டன.

நாக்பூரில் இருக்கும் வோக்ஹார்ட் சூப்பர் ஸ்பெஷாலிடி மருத்துவமனையின் எலும்பு சிகிச்சை நிபுணரான டாக்டர் மனோஜ் பாஹ்கர் என்பவர் கின்னஸ் சாதனைப் புத்தகத்துக்காக இவரது உயரத்தை அளவிட்டார். கின்னஸ் சாதனை ஆவணங்களின் சார்பாக ராப் மோல்லோய் என்பவர் முன்னிலையில் இந்த அளவீடு நடைபெற்றது.

ஒரு நாளின் வெவ்வேறு தருணங்களில் இந்த அளவீடு நடந்தது. இதற்குக் காரணம் ஒரு நாளின் தட்பவெப்ப நிலை வேறுபாடு களால் முதுகுத் தண்டின் அழுத்தம் மாறுபட்டு உயரத்திலும் மிகச் சிறிய வேறுபாடு இருக்கும் என்பதுதான். அதன் பின்னர் சராசரி உயரம் துல்லியமாகக் கண்டுபிடிக்கப்பட்டிருக்கிறது.

இவருக்கு முன்னர் இந்த அங்கீகாரத்தைப் பெற்றிருந்தவர் அமெரிக்காவைச் சேர்ந்த பிரிட்ஜெட் ஜோர்டான் என்பவராவார். அவரது உயரம் 69 செ.மீ. (2 அடி 0.7 அங்குலம்.)

பதின்ம வயதில், இதர பதின் பருவத்தில் இருக்கும் பெண்களைப் போலவே இவருக்கும் மேக்கப் செய்து கொள்வதிலும், விதவிதமாக அலங்கரித்துக் கொள்வதிலும் ஆர்வம் இருந்திருக்கிறது. நடிகையாக வேண்டும் என்ற விருப்பமும் உண்டு. 'இரண்டடி உயரமுள்ள டீன் ஏஜ் பெண்' என்ற தலைப்பிட்ட தொலைக்காட்சி நிகழ்ச்சி ஒன்றிலும் பங்கு பெற்றிருக்கிறார்.

2009 ஆம் ஆண்டு வெளியான ஆவணப்படமான Body Shock: Two Foot Tall Teen என்பதில் இவரைப் பற்றிய செய்திகள் இருந்தன. 'பிக் பாஸ் 6' என்ற நிகழ்ச்சியில் சிறப்பு விருந்தினராகவும் இவர் கலந்து கொண்டிருக்கிறார்.

2014 ஆம் ஆண்டு, அமெரிக்க தொலைக்காட்சி ஒன்றில் Freak Show என்ற திகில் தொடரில் 'மா பெடைட்' என்ற வேடம் தாங்கி நடித்திருக்கிறார்.

2012ஆம் ஆண்டு, நேபாளத்தில் இருக்கும் சந்திர பகதூர் டாஞ்சி என்ற உலகின் மிகக் குள்ளமான ஆணைச் சந்தித்திருக்கிறார். கின்னஸ் உலக சாதனை ஆவணத்தின் 57ஆவது பதிப்பில் இவர்கள் இருவரும் இருக்கும் புகைப்படம் வெளியானது.

இவரது மெழுகுச் சிலை ஒன்று மஹாராஷ்ட்ரா மாநிலத்தில் உள்ள புனே நகருக்கு அருகில் இருக்கும் லோனாவாலாவில் உள்ள மெழுகு அருங்காட்சியகத்தில் வைக்கப்பட்டிருக்கிறது.

நாக்பூர் காவல் துறையினருடன் இணைந்து, கோவிட் -19 கால கட்டத்தில் மக்கள் அனைவரையும் வீட்டுக்குள்ளே இருக்குமாறு பரப்புரை செய்திருக்கிறார்.

இவரது மிகச் சிறிய தோற்றத்தால் இவருக்கான ஆடைகள் மற்றும் ஆபரணங்கள் பிரத்தியேகமாகத் தயாரிக்கப்படுகின்றன. இவர் உணவருந்தும் தட்டுகள் கூடப் இவருக்கு ஏற்றாற்போல வடிவமைக்கப்படுகின்றன.

கின்னஸ் சாதனைப் புத்தகத்தில் இடம் பெற்றதைப் பற்றிச் சொல்லும்போது 'இந்த அங்கீகாரம் என்னைப் பற்றி நானே மேன்மையாக உணர வைக்கிறது. பிரபலமானவளாகவும், சிறப்பானவளாகவும், முக்கியத்துவம் வாய்ந்தவளாகவும் என்னை நானே உணருகிறேன்' என்கிறார் ஜோதி.

"இப்போது எனக்கு எல்லாம் கைகூடி இருக்கிறது. சவால்களை எதிர் கொள்கிறேன். அவற்றை வெல்லவும் செய்கிறேன். மக்கள் என்னை அடையாளம் கண்டு கொண்டு, என்னுடன் புகைப்படம் எடுத்துக் கொள்ள விரும்புகிறார்கள். அந்தத் தருணங்களில் பரவசமாக உணருகிறேன். இயல்பான உயரம் கொண்டவர்கள் குள்ளர்களைக் குறைவாக மதிப்பிடக்கூடாது" என்று ஒரு நேர்காணலில் சொல் கிறார் ஜோதி.

2013ஆம் ஆண்டு ஆகஸ்ட் மாதம், மிகக் குள்ளமான இவர் மிகப் பெரிய புத்தகம் ஒன்றை ஜெய்ப்பூரில் நடந்த விழாவில் வெளி யிட்டார். இந்தப் புத்தகத்தை எழுதியவர் பெயர் ஜெயின் முனி ஸ்ரீ தருண் சாகர்.

புத்தகம் 2,000 கிலோ எடையும், 30 அடி நீளமும் 23 அடி அகலமும் கொண்டது; இதை உருவாக்க 1,500 கிலோ இரும்பு, 100 லிட்டர் வண்ணங்கள் மற்றும் 400 கிலோ ஆளி விதைகள் (flax) ஆகியன பயன்படுத்தப்பட்டிருக்கின்றன. பத்துத் தொழிலாளர்கள் நான்கு நாள் உழைத்து இந்தப் புத்தகத்தை உருவாக்கியிருக் கிறார்கள். லிம்கா புக் ஆஃப் ரெக்கார்ட்ஸ் இதற்கான சான்றிதழை வழங்கியிருக்கிறது.

2012ஆம் ஆண்டில் ராஜ் தாக்கரேவின் மஹாராஷ்ட்ரா நவ்நிர்மாண் சேனா என்ற அமைப்பில் பொதுச் சேவை செய்யவேண்டும் என்ற நோக்கத்தோடு இணைந்திருக்கிறார்.

உலகின் பல நாடுகளுக்கும் போகவேண்டும் என்பதும் மேன் மேலும் திரைப்படங்களில் நடிக்கவேண்டும் என்பதும் இவரது ஆவல்.

எதையும் தன்னால் சாதிக்க முடியும் என்ற அவரது மனப்பான்மை, நேர்மறைச் சிந்தனைகள் மற்றும் மன உறுதி ஆகியன அவரைப் போன்ற உயரக் குறைபாடுள்ளவர்களை மட்டும் அல்ல; அனை வரையும் வாழ்வின் உயரத்துக்கு இட்டுச் செல்லும் என்பது உறுதி.

4. ஸ்ரீபதி

தமிழ்நாட்டில் பழங்குடியினர் சமூகத்தின் முதல் பெண் சிவில் நீதிபதி

நீதித் துறையில் பெண் ஒருவர் நீதிபதியாகி இருப்பதே மிகவும் பாராட்டுதலுக்கு உரியது. அதிலும் பழங்குடி இனத்தைச் சேர்ந்த பெண் ஒருவர் முதன் முறையாக சிவில் நீதிபதியாகி இருப்பது பலரது மதிப்புமிக்க பார்வையை ஈர்த்திருக்கிறது.

அந்தப் பெண்தான் 23 வயதே நிரம்பிய ஸ்ரீபதி. திருவண்ணாமலை மாவட்டத்தைச் சேர்ந்த ஜவ்வாது மலைக்கருகில் இருக்கும் புலியூர் என்ற குக்கிராமத்தைச் சேர்ந்தவர். இவர் நீதித் துறை இறுதிக்கட்ட நேர்முகத் தேர்வில் கலந்து கொள்ள, 200 கி.மீ. தூரம் பயணம் செய்து நவம்பர், 2023 சென்னைக்கு வந்திருக்கிறார். குழந்தை பெற்று இரண்டே நாட்கள்தான் அப்போது ஆகியிருந்தது என்பது குறிப்பிடத்தக்க செய்தி!

தமிழ்நாட்டு அரசுப் பணியாளர் தேர்வாணைய அலுவலகத்துக்கு முன்னர் குழந்தையுடன் அவர் தோற்றமளிக்கும் புகைப்படம் வைக்கப்பட்டு, பரவலாகப் பகிரப்பட்டு வருகிறது. பழங்குடியில் பிறந்து சாதித்ததற்காகவும், குழந்தை ஈன்ற சில நாட்களிலேயே தேர்வெழுதி, வென்றதற்காகவும்தான் இந்த அங்கீகாரம் அவருக்கு

வழங்கப்பட்டிருக்கிறது.

இவருக்குத் தமிழ்நாடு முதல்வர் மு.க.ஸ்டாலின் வாழ்த்துக் களைத் தெரிவித்திருக்கிறார். தமது X பக்கத்தில், 'மலைக் கிராமத்தில், அதிக வசதிகள் இல்லாத பழங்குடி சமூகத்தைச் சேர்ந்த இளம் பெண் ஒருவர் இந்த நிலையை அடைந்ததைக் கண்டு நான் மகிழ்ச்சியடை கிறேன். ஸ்ரீபதியின் சாதனைக்கு உறுதுணையாக இருந்த அவரது தாயார் மற்றும் கணவருக்கும் பாராட்டுக்களைத் தெரிவித்துக் கொள்கிறேன்' எனக் குறிப்பிட்டிருக்கிறார்.

'தன் உயிரைப் பணயம் வைத்து நீண்ட தூரம் பயணம் செய்து தேர்வில் கலந்து கொண்ட ஸ்ரீபதியின் உறுதி பாராட்டுக்குரியது. அவரது கனவுகள் அனைத்தும் நனவாகட்டும்; கல்வி மட்டுமே அழியாத சொத்து என்பதை அவர் நிரூபித்துக் காட்டியிருக்கிறார்' என்று தமிழ்நாடு விளையாட்டுத் துறை அமைச்சர் உதயநிதி ஸ்டாலின் பாராட்டியிருக்கிறார்.

ஸ்ரீபதியின் செயல்பாடுகளுக்கு பக்கபலமாக இருந்தவர் மஹா லக்ஷ்மி என்ற தமிழாசிரியை. பழங்குடி மாணவர்களுக்காகக் கல்விச் சேவை புரிந்து வருபவர். இவர் தமது முகநூல் பக்கத்தில், குழந்தை பெற்ற இரண்டே நாட்களில் நேர்முகத் தேர்வுக்காக ஸ்ரீபதி சென்னைக்குப் பயணப்பட்டதை விவரித்திருக்கிறார். "இதற்கு இவரது கணவர் வெங்கட்ராமன் வலுவான ஆதரவு அளித்திருக் கிறார். ஸ்ரீபதியின் தாயாரும் பாராட்டுக்குரியவர். தான் திருமணம் செய்து கொண்ட ஊரில் இருந்தால் பிழைக்க முடியாது என்றெண்ணி, தன் சொந்த ஊருக்கே சென்று, அங்குள்ள பள்ளியில் தன் மகளைச் சேர்த்துப் படிக்க வைத்த அவரின் வைராக்கிய குணம் தான் ஸ்ரீபதிக்கு அப்படியே வந்துள்ளது. யார் சொன்னால் எல்லோருக்கும் கேட்குமோ அந்த இடத்திற்கு எங்கள் வலியைத் தெரிந்த, உணர்ந்த, புரிந்த ஒருவர் சென்றிருப்பது அவ்வளவு நிம்மதியாகவும் பெருமையாகவும் பக்கபலமாகவும் உள்ளது" என்கிறார் ஆசிரியை மஹாலக்ஷ்மி.

உள்ளூர் ஊடகங்களில் ஸ்ரீபதி பற்றிய செய்தி வெளியான பிறகே அவரது சாதனை பரவலான வெளிச்சத்துக்கு வந்திருக்கிறது.

கிராம மக்கள் இவரது வெற்றியைக் கொண்டாடும் விதமாக இசைக் கருவிகளை ஒலித்தும், மாலைகள் அணிவித்தும், ஊர்வலமாக அழைத்துச் சென்றும் கௌரவித்தார்கள்.

ஸ்ரீபதி தம்முடைய பள்ளிப் படிப்பை ஏலகிரி மலையில் முடித்திருக் கிறார். அதன் பின்னர் இளங்கலைப் பட்டமும், சட்டப் படிப்பும் பயின்றிருக்கிறார். படிப்புக்கு இடையிலேயே திருமணம் ஆனது. ஆனாலும் படிப்பை ஸ்ரீபதி நிறுத்தவில்லை.

23 வயதே நிரம்பியவர் என்பதும், பழங்குடியினத்தைச் சேர்ந்தவர் என்பதும், நீதிபதி பதவியடைந்திருப்பவர் என்பதும் அபூர்வ சாதனையாகப் பார்க்கப்படுகிறது. ஸ்ரீபதிக்குத் தேர்வு வரும் தேதி யில்தான் அவரது பிரசவத்துக்கான தேதியும் குறிப்பிடப்பட்டிருந் தது. தேர்வுக்கு இரண்டே நாட்கள் இருக்கும்போது குழந்தையும் பிறந்துவிட்டது.

யோசித்துப் பாருங்கள்! குழந்தை பிறந்த இரண்டே நாட்களில், ரத்தம் சொட்டச் சொட்ட 200 கி.மீ. பயணம் செய்து நேர்முகத் தேர்வையும் எதிர்கொள்வது லேசுப்பட்ட காரியமா என்ன? ஆனால் அந்தச் சவாலைத் துணிகரமாக எதிர்கொண்டார் ஸ்ரீபதி. அதில் ஜெயித்துக் காட்டி அசத்தியிருக்கிறார்.

திருமணத்துக்குப் பிறகு, கிராம சபைக் கூட்டத்தில் பங்கேற்று, கிராம வளர்ச்சி தொடர்பாகப் பல கேள்விகளையும் கேட்டிருக் கிறார் ஸ்ரீபதி. பலரும், 'இவரெல்லாம் படித்து என்ன சாத்தித்துவிடப் போகிறார்' எனப் புறம்பேசியிருக்கிறார்கள். ஆனால் அதையெல்லாம் ஊதித் தள்ளிவிட்டு சாதனைத் திலகமாக ஜொலிக்கிறார் ஸ்ரீபதி.

மன உறுதி இருந்தால் எந்தச் சூழ்நிலையையும் எதிர்கொண்டு வெற்றி பெற முடியும் என்பதற்கு ஸ்ரீபதி ஒரு நடமாடும் உதாரணம். மேன்மேலும் முன்னேற்றச் சிகரங்களைத் தொடுங்கள் ஸ்ரீபதி. வாழ்த்துக்கள்!

❖

5. ஜிலுமோள் மாரியட் தாமஸ்

இரு கைகளும் இல்லாமல் நான்கு சக்கர வாகனம் ஓட்ட உரிமம் பெற்ற முதல் ஆசியப் பெண்

நான்கு சக்கர வாகனங்களை ஓட்ட இரு கைகள் மற்றும் இரு கால்களின் செயல்பாடுகள் நிச்சயம் தேவை. சாவியைத் திருகி வாகன எஞ்சினுக்கு உயிரளிப்பது, கியர்களை மற்றுவது, ஸ்டீரிங்கைச் சுழற்றுவது, சிக்னல் விளக்கின் ஸ்விட்சுகளைப் போடுவது, ஹாரனில் ஒலி எழுப்புவது போன்ற இயக்கங்களுக்கு ஓட்டுநரின் இரு கைகளும் ஒத்திசைவாகச் செயல்படும்.

ஆனால் தோள்பட்டையில் இருந்தே இரு கைகளும் இல்லாத ஒரு பெண் நான்கு சக்கர வாகனத்தை இயக்கும் ஓட்டுநர் உரிமத்தைப் பெற்றிருப்பது மிகவும் அதிசயக்கத்தக்க விஷயம்தான்.

இந்தச் சாதனையைச் செய்திருப்பவர் கேரள மாநிலம், இடுக்கி மாவட்டம் தொடுபுழா அருகே கரிமண்ணூர் நெல்லானிக்காடு பகுதியைச் சேர்ந்த 32 வயது நிரம்பிய இளம் பெண் ஜோலிமோள் மாரியட் தாமஸ். ஆசியாவிலேயே இப்படிப்பட்ட உடற் குறை யோடு உரிமம் பெற்றிருக்கும் முதல் பெண் இவர்தான்.

பிறவியிலேயே ஜிலுமோளுக்கு இரு கைகளும் இல்லை. இவருக்கு

இருக்கும் குறைபாட்டுக்கு 'தாலிடோமைன் சிண்ட்ரோம் (Thalidomine Syndrome)' என்று பெயர்.

இவரது தந்தையார் பெயர் தாமஸ்; தாயார் அன்னக்குட்டி.

ஜோலிமோளுக்கு நான்கு சக்கர வாகன ஓட்டும் உரிமம் பெற வேண்டும் என்பது நெடுநாள் விருப்பம். கால்களை மட்டுமே இயக்கி, வாகனம் ஓட்டவும் கற்றார். ஆனால் மோட்டார் வாகனச் சட்டம், கால்களால் மட்டுமே வாகனத்தை ஓட்ட அனுமதிக்க வில்லை.

ஆரம்பத்தில் அவர் தமது வாகனம் ஓட்டும் விருப்பத்தைத் தெரிவித்த போது, அதிகாரிகள் அவர் ஆசைப்படுவது எட்டாக்கனி என்றும், அவர் ஓர் ஓட்டுநரை அமர்த்திக் கொண்டு விரும்பிய இடங்களுக்குச் செல்லலாமே எனவும் அறிவுறுத்தியிருக்கின்றனர். ஆனால் அதை ஏற்க ஜிலுமோள் மாரியட் தாமஸுக்கு மனமில்லை. தாமே தமது வாகனைத்தை ஓட்ட வேண்டும் என்ற பெருவிருப்பம் அவருக்கு இருந்தது.

எர்ணாகுளத்தில் வடுதலா என்னும் இடத்தில் இருக்கும் ஓட்டுநர் பயிற்சிப் பள்ளிதான் இவருக்கு வாகன ஓட்டும் பயிற்சியளிக்க முதலில் முன்வந்து ஆதரித்திருக்கிறது.

அந்தப் பள்ளியின் உரிமையாளர் ஜோபன், "முதலில் எங்களுக்கு ஜோலிமோள் மீது அவநம்பிக்கையாகத்தான் இருந்தது. ஆனால் வெகு விரைவிலேயே தம்முடைய மன உறுதி, விடாமுயற்சி மற்றும் அர்ப்பணிப்பு ஆகியவற்றால் எங்கள் எண்ணத்தை அவர் மாற்றி விட்டார். அவரால் கற்றுக்கொள்ள முடியும் என்பதையும் நாங்கள் விரைவிலேயே உணர்ந்து கொண்டோம்" என்கிறார்.

2014ஆம் ஆண்டு ஆண்டு, தொடுபுழா மண்டலப் போக்குவரத்து அலுவலரிடம் ஓட்டுநர் உரிமம் பெற ஜிலுமோள் விண்ணப்பித்தார். அலுவலரின் ஆலோசனைப்படி, கால்களால் மட்டுமே இயக்கத் தகுந்தவாறு வடிவமைக்கப்பட்ட மாருதி செலரியோ தானியங்கி வாகனத்தை 2018ஆம் ஆண்டு ஜிலுமோள் வாங்கினார். இவரது நண்பர்களும், நலம் விரும்பிகளும் கார் வாங்கப் பொருளுதவி செய்திருக்கின்றனர்.

கொச்சியில் இருக்கும் வி இன்னொவேஷனஸ் (பி) லிமிடட் என்ற நிறுவனம் ஜிலுமோளின் தேவைக்கேற்றப மின்னணுச் சாதனங்களைப் பொருத்தி அந்தக் காரை வடிவமைத்திருக்கிறது. அந்த நிறுவனத்துக்கும் ஜிலுமோளின் சாதனையில் கணிசமான பங்கிருக்கிறது. அதே ஆண்டு கேரள உயர்நீதிமன்றத்தையும் தமக்கு ஓட்டுநர் உரிமம் அளிக்க உத்திரவிடக் கோரி அணுகினார்.

ஜிலுமோள் தாமஸின் வழக்கறிஞரான ஷைனி வர்கீஸ், "ஜிலுமோளின் தனித் திறமைகளை நீதிமன்றத்தின் பார்வைக்கு எடுத்துச் சென்றோம். அவர் தன்னம்பிகை நிரம்பிய பெண் என்பதை நிறுவினோம். கோர்ட் நடவடிக்கைகளின்போது ஆஸ்திரேலியப் பெண் ஒருவர் காலால் காரை ஓட்டும் வீடியோ ஒன்றையும் போட்டுக் காட்டினோம். அவற்றையெல்லாம் கூர்ந்து கவனித்த நீதிமன்றம், அவருக்கு ஓட்டுநர் உரிமத்துக்காக விண்ணப்பிக்க அனுமதி அளித்து, கேரள மோட்டார் வாகனத் துறைக்கும் பரிசீலிக்க உத்தரவிட்டது" என்கிறார்.

நீண்ட காலச் சட்டப் போராட்டத்துக்குப் பின்னர் ஜிலுமோளுக்குப் பயில்வோர் சான்றிதழ் (learner's certificate) கிடைத்தது.

மத்திய அரசிடமிருந்தும் ஜிலுமோளுக்கு ஆதரவாக உத்தரவு கிடைத்தது. அந்த நிலையில் அவருக்கு ஓட்டுநர் உரிமம் வழங்கும் முடிவு மாநில அரசின் கையில் இருந்தது.

இந்த நிலையில் ஜிலுமோளின் தொடர் போராட்டத்துக்கு வெற்றி கிடைத்திருக்கிறது. கேரள முதலமைச்சர் பினராயி விஜயன் ஜிலுமோளுக்கான ஓட்டுநர் உரிமத்தை டிசம்பர், 2023ல் வழங்கிப் பாராட்டினார்.

ஓரிடத்தில் இருந்து மற்ற இடத்துக்குச் செல்வது தமக்குப் பெரும் சவாலாகவும் இடையூறாகவும் இருந்து வந்ததாகவும், தற்போது தமக்குக் கிடைத்திருக்கும் வாகன ஓட்டும் உரிமத்தால் தம்மா லேயே வாகனத்தை ஓட்டி விருப்பப்பட்ட இடங்களுக்குச் செல்ல முடியும் என்றும் அது தமக்குப் பேருதவியாக இருக்கும் எனவும் மகிழ்ச்சியுடன் ஜிலுமோள் தெரிவிக்கிறார்.

தமக்கு உதவியதற்காகக் கேரள அரசுக்கும் - குறிப்பாக மோட்டார் வாகனத் துறைக்கும் ஜிலுமோள் மனமார்ந்த நன்றியைத் தெரிவித்துக் கொள்கிறார்.

கொச்சியில் கிராஃபிக் டிசைனராகப் பணியாற்றும் ஜிலுமோள் தாமஸ், "எனது கனவு நனவானது. இன்னும் கொஞ்சம் சம்பிரதாய நடவடிக்கைகள் மட்டுமே பாக்கியிருக்கின்றன" என்கிறார்.

"நிரந்தர உரிமம் கிடைக்கப்பெற்றவுடன் கொச்சியின் பரபரப்பான சாலைகளிலும், சாலைச் சந்திப்புக்களிலும் காரை ஓட்டுவதோடு, நெடுந்தூரப் பயணங்களையும் மேற்கொள்வதே எனது கனவு'' என்றும் சொல்கிறார் ஜிலுமோள் மாரியட் தாமஸ்.

இந்தோரில் ஓர் ஆண் கால்களால் வாகனம் ஓட்டுவதைப் பற்றித் தாம் கேள்விப்பட்டிருப்பதாகவும், ஆனால் இப்படி ஒரு பெண் காரோட்டுவது நாட்டிலேயே தான் மட்டுமே எனவும் பெருமையோடு சொல்கிறார்.

தமது உடற்குறையால் தாம் எதையும் இழந்து போய்விட்டதாகவே நினைப்பதில்லை என்றும் தெரிவிக்கிறார். படிப்பிலேயும் இவர் படு சுட்டியாக ஜொலித்திருக்கிறார். கிராஃபிக் டிசைனராகவும் வெற்றி கரமாகப் பணியாற்றுகிறார். ஓவியங்கள் மீது இவருக்குத் தீராத காதல் உண்டு.

''என்னைப் போலக் குறையுடையவர்கள் மனம் தளர்ந்து விடாதீர்கள். மனம் இருந்தால் மார்க்கம் உண்டு'' என்கிறார் ஜிலுமோள் மாரியட் தாமஸ்.

மாநில மௌத் அண்ட் ஃபுட் அசோசியேஷன் (Mouth and Foot Association) என்ற மாற்றுத் திறனாளிக் கலைஞர்களின் அமைப்பின் நிறுவன உறுப்பினராகவும் ஜிலுமோள் செயல்பட்டு வருகிறார்.

❖

6. ஆஷா கந்தாரா

துணை கலெக்டர் பதவிக்கு வந்த துப்புரவுத் தொழிலாளி

ஆஷா கந்தாரா என்ற 40 வயதுப் பெண்மணி, ஜோத்பூர் முனிசிபல் கார்ப்பரேஷனில் துப்புரவுத் தொழிலாளியாக வாழ்க்கையை ஆரம்பித்தவர். இவருக்குத் திருமணமாகி 5 ஆண்டுகள் கழித்துக் கணவர் இவரைக் கைவிட்டார். ஜோத்பூர் நகர் நிகாம் அமைப்பின் துணை கலெக்டர் பதவியைத் தற்போது வகிக்கிறார். இரண்டு குழந்தைகளுடன், ஒற்றைத் தாயாக இருந்து இந்த உயரத்தை ஆஷா எட்டியிருக்கிறார்.

'மனமிருந்தால் மார்க்கம் உண்டு' என்பதற்கு ஆஷாவின் முன்னேற்றம் ஒரு நடைமுறை உதாரணம்.

இவரது லட்சியம் ஐஏஎஸ் அலுவலராக வேண்டும் என்பதுதான். ஆனால் அதற்கான வயது வரம்பை இவர் கடந்து விட்டதால் சிவில் தேர்வுகளை இவரால் எழுத முடியவில்லை.

ராஜஸ்தான் மாநிலத்தில் நடைபெற்ற மாநில அரசுத் தேர்வில் கலந்துகொண்டு, 728ஆவது இடத்தைப் பிடித்திருக்கிறார் இவர்.

கணவரிடம் இருந்து பிரிந்த பிறகு, தமது தந்தை ரேஜேந்திர கந்தாராவின் பாதுகாப்பில் வசித்தார். அவர் இந்திய உணவு கார்ப்பொரேஷனில் கணக்காளராகப் பணியாற்றி ஓய்வுபெற்றவர். தமது படிப்பைத் தொடர்ந்த ஆஷா, 2016ஆம் ஆண்டில் பட்டதாரியானார்.

பொருளாதார சுதந்திரம் பெற்று, சொந்தக் காலில் நின்று, தமது குழந்தைகளைத் தாமே வளர்க்க வேண்டும் என்பது இவரது லட்சியமாக இருந்திருக்கிறது.

திருமண முறிவு, ஆண் - பெண் பாகுபாடு போன்றன இவரைப் பெரிதும் பாதித்திருக்கின்றன. ஆனால் ஒருபோதும் இவர் மன முடைந்து போகவில்லை; மாறாக வாழ்வில் முன்னேறப் பாடு பட்டிருக்கிறார்.

'என் மீது மற்றவர்கள் வீசும் கற்களைக் கொண்டு துயரங்களைக் கடக்கும் பாலம் அமைக்க விரும்பினேன்' எனத் தத்துவார்த்தமாகத் தாம் கடந்துவந்த பாதையை நினைவுகூர்கிறார் ஆஷா.

இவருக்கு உற்சாகம் ஊட்டித் துணைநின்றவர் இவரது தந்தையார்.

'எனது தந்தையார் படித்தவர்; அவருக்குக் கல்வியின் அவசியம் நன்கு புரிந்திருந்தது. எங்களைப் படிக்குமாறு அவர் ஊக்குவித்துக் கொண்டேயிருந்தார். எனது இந்த முன்னேற்றத்துக்குக் கல்வியே காரணம்' என்று நேர்காணல் ஒன்றில் சொல்கிறார் ஆஷா.

அவரது வெற்றி பலராலும் கொண்டாடப்பட்டது. மேயர் மற்றும் மூத்த அதிகாரிகள் இவரைப் பாராட்டி மகிழ்ந்தனர். அவர்களோடு சரிசமமாக அமர்ந்தபோது பெருமிதம் பொங்கும் ஓர் உணர்வைத் தாம் அனுபவித்ததாகச் சொல்கிறார் இவர்.

'நிர்வாக அதிகாரி என்ற முறையில் சமூகத்துக்கு நியாயம் கிடைக்கப் பாடுபடுவேன். எனது சமூகத்துக்கு மட்டும் எனது சேவையைப் பயன் படுத்துவேன் என்றில்லாமல் எங்கெல்லாம் அநீதி இழைக்கப்படு கிறதோ அவையனைத்தையும் களையப் பாடுபடுவேன்' என்றும் சொல்கிறார்.

1997ஆம் ஆண்டு இளம் வயதிலேயே இவருக்குத் திருமண மாகியது. 2002ஆம் ஆண்டு கணவர் இவரைக் கைவிட்டார். அந்த நிகழ்விலிருந்து மீண்டுவர இவருக்குக் கொஞ்ச காலம் பிடித்தது. தமது படிப்பைத் தொடர்வது ஒன்றுதான் முன்னேற்றத்துக்கு ஒரே வழி என இவர் நினைத்தார்.

அப்போது பள்ளிப் படிப்பை மட்டுமே முடித்திருந்த இவர், 2016ஆம் ஆண்டு பட்டப் படிப்பை முடித்தார். அதன் பின்னர் தமது பெற்றோருக்கு உதவியாக இருப்பதற்காகத் தயக்கம் ஏதுமின்றி ஜோத்பூர் முனிசிபல் கார்ப்பொரேஷனில் துப்புறவுத் தொழிலாளியாகப் பணியில் சேர்ந்தார்.

அந்தச் சமயத்தில்தான் இவர் ஏதாவது ஒன்றைக் கேட்டால், 'நீ ஒன்றும் கலெக்டர் அல்ல' என்று எகத்தாளமான பதிலைப் பல முறை எதிர்கொண்டிருக்கிறார். அவர் சார்ந்த சமூகம் மற்றும் அவர் செய்யும் தொழில் ஆகியனவற்றின் காரணமாக மிக ஏளனமாக நடத்தப்பட்டிருக்கிறார்.

பொருளாதார நெருக்கடியைச் சமாளிக்கத் தமது தாயாருடன் சேர்ந்து துப்புரவுப் பணிகளை மேற்கொண்டிருக்கிறார். துப்புரவுத் தொழில் செய்துகொண்டே ராஜஸ்தான் அட்மினிஸ்ட்ரேடிவ் சர்வீஸஸ் (RAS) என்ற மாநில அரசுத் தேர்வுகளுக்கும் தயாரானார். முதல் நிலைத் தேர்வுகளை 2018ஆம் ஆண்டு எழுதினார். இறுதி நிலைத் தேர்வில் வெற்றிபெற இரவு பகலாகப் படித்திருக்கிறார்.

கோவிட் காரணமாக் தேர்வு முடிவுகள் வெளியாவதில் கால தாமதம் ஏற்பட்டிருக்கிறது. 2018ஆம் ஆண்டு, அக்டோபர் மாதம் தேர்வு முடிவுகள் வெளியாகும் வரை ஜோத்பூர் நகரின் வீதிகளைக் கூட்டிப் பெருக்கி சுத்தம் செய்வதைத் தொடர்ந்திருக்கிறார்.

'எனது பயணம் மிகவும் கடுமையானது; நான் மிகவும் துன்பப் பட்டிருக்கிறேன். ஒடுக்கப்பட்ட மக்களுக்காகவும், அநீதிக்குள் ளான மக்களுக்காகவும் என்னாலானதைச் செய்வேன்' என உறுதி யுடன் தெரிவிக்கிறார் ஆஷா.

தாம் துப்புரவுப் பணி செய்த அதே ஜோத்பூர் முனிசிபல் கார்ப்பொரேஷனில் இப்போது அவர் ஒரு நிர்வாக அதிகாரியாகக் கம்பீரமாக அமர்ந்திருக்கிறார்.

ஆஷாவின் மகன் ஒரு பட்டதாரி. மகள் IIT ஜீ தேர்வில் வெற்றி பெற்றவர். தமது மக்கள் இருவரும் நன்கு படித்து அவர்கள் விரும்பும் வேலையில் அமரவேண்டும் என்பதே தம்து விருப்பம் என்கிறார் ஆஷா.

'சமுதாயத்தில் அடித்தட்டு மக்கள்' குறிப்பாகக் கணவனால் கைவிடப்பட்டவர்கள் - ஒருபோதும் நம்பிக்கை இழக்கக்கூடாது; உங்களுக்கான லட்சியங்களை அமைத்துக் கொள்ளுங்கள்; அவற்றைச் சாத்தியமாக்க உறுதிபூணுங்கள்; கடுமையான உழைப்பு, அர்ப்பணிப்பு, பொறுமை ஆகியன இருந்தால் வெற்றி நிச்சயம். என்னால் சாதிக்க முடிந்திருக்கிறபோது உங்களால் முடியாதா என்ன?' என்கிறார் ஆஷா.

7. என்.காயத்ரி

மிக இளம் வயதிலேயே நீதிபதியான பெண்மணி

சாதனைகளை நிகழ்த்த வறுமையும், தாம் சார்ந்த சமூகப் பின்னணியும் தடைகளாக இருந்தால் அவற்றை உடைத்துவிட்டு முன்னேறலாம் என்பதற்கு இளம்பெண் காயத்ரி ஓர் எடுத்துக்காட்டு!

கர்நாடகா மாநிலம் கோலாருக்குத் தங்க வயல்கள் இருக்கும் சிறப்போடு இன்னொரு சிறப்பும் சேர்ந்திருக்கிறது. என்.காயத்ரி என்னும் இருபத்தைந்தே நிரம்பிய இளம் பெண், கர்நாடகா மாநிலத்தில் சிவில் நீதிபதியாகத் தேர்வாகியிருப்பதுதான் அது.

இந்த நீதிபதி பதவிக்கு விண்ணப்பிக்கக் குறைந்தபட்ச வயது 21. உச்ச வரம்பு 35 வருடங்கள். விண்ணப்பிக்கும் நபர் சட்டப் படிப்பில் பட்டம் பெற்றிருக்க வேண்டும்.

பெங்களூருவில் இருக்கும் விதான் சௌதா கட்டிடத்துக்கு எதிரில் அமைந்திருக்கிறது கர்நாடகா உயர்நீதிமன்றம். இணையத்தின் வழியே நடைபெற்ற நேரடித் தேர்வில் என்.காயத்ரி கலந்து கொண்டார். தேர்வு முடிவுகள் வெளியானபோது காயத்ரி தேர்வு செய்யப்பட்டிருப்பதை அறிந்தார்; வெற்றி பெற்று நீதிபதியாகி யிருக்கிறார்.

கோலார் மாவட்டம், பங்காருப்பேட்டையை அடுத்த யலபுர்க்கிப் பகுதியைச் சேர்ந்த நாராயணசாமி - வெங்கடலக்ஷ்மி தம்பதியினரின் ஒரே மகளான காயத்ரி இந்தத் தேர்வில் கலந்து கொண்டிருக்கிறார்.

பெற்றோர் இருவரும் கூலித் தொழிலாளிகள். மிகவும் சிரமப் பட்டே தங்கள் மகளைப் படிக்கவைத்திருக்கின்றனர். தாங்கள் அனுபவிக்கும் சிரமங்களைத் தங்களது பெண்ணும் அனுபவிக்கக் கூடாது என்பதில் காயத்ரியின் பெற்றோர் உறுதியாக இருந்தனர். அவர்களின் விருப்பத்தை காயத்ரி பழுதின்றி நிறைவேற்றிக் காட்டியிருக்கிறார்.

காயத்ரி தனது பள்ளிப் படிப்பை பங்காருப்பேட்டைக்கு அருகில் உள்ள காரஹள்ளியில் இருக்கும் அரசு ஆரம்பப் பள்ளியிலும், பின்னர் உயர்நிலைப் பள்ளியிலும் முடித்தார்.

கோலார் மகளிர் கல்லூரியில் பி.காம். பட்டம் பெற்றார். கோலார் தங்க வயலில் இயங்கும் கெங்கல் அனுமந்தரையா சட்டக் கல்லூரி யில் சட்டப் படிப்பை 2021ஆம் ஆண்டு முடித்தார். பல்கலைக்கழக அளவில் நான்காவது இடம் பெற்றார்.

முதலில் இவர் சிவராம் சுப்ரமணியம் என்ற மூத்த வழக்கறிஞரிடம் ஜூனியராகப் பணியாற்றியிருக்கிறார். காயத்ரியின் திறமைகளை ஊன்றிக் கவனித்த அவர், சிவில் நீதிபதிக்கான தேர்வெழுத ஆலோசனைகள் வழங்கினார்; தேவையான புத்தகங்களையும் படிக்கக் கொடுத்து உற்சாகப்படுத்தினார்.

முதல் முறை சிவில் நீதிபதிகளுக்கான தேர்வை எழுதிய காயத்ரி அதில் வெற்றிபெறவில்லை. ஆனால் அதற்காக அவர் மனம் தளர வில்லை. மறுமுறை எழுதினார்; தேர்வும் ஆனார்.

மிக ஏழ்மையான குடும்பச் சூழலில் வளர்ந்த, பட்டியலின சமூகத்தைச் சேர்ந்த இவர், மிக இளம் வயதிலேயே நீதிபதிப் பதவிக்கு வந்திருப்பதை உறவினர்களும், நண்பர்களும், சட்டத் துறையினரும் கொண்டாடுகின்றனர். மேலும் பல தரப்பினரும் காயத்ரிக்குப் பாராட்டுக்களைத் தெரிவித்து வருகின்றனர்.

அவரது கடின உழைப்புக்குக் கிடைத்த பரிசு இது எனப் போற்று கிறார்கள். இவரது வெற்றி பலருக்கும், குறிப்பாக இளம் பெண் களுக்கு முன்மாதிரியாக அமைந்திருக்கிறது.

கொண்ட லட்சியத்தில் உறுதியோடு இருந்து, அதற்காகக் கடினமாக உழைத்தால் சாதனைகளை நிகழ்த்தலாம் என்பதற்கு காயத்ரி ஒரு நடமாடும் உதாரணமாக விளங்குகிறார்.

நல்ல தீர்ப்புக்கள் வழங்கி, நாடு போற்றும் நீதிமானாக விளங்க வாழ்த்துக்கள்!

8. ஜோயிதா மண்டல்
இந்தியாவின் முதல் திருநங்கை நீதிபதி

மூன்றாம் பாலினத்தவர்க்குச் சம உரிமைகள் பல விதங்களிலும் மறுக்கப்படும் காலம் இன்னும் முழுமையாக மாறவில்லை. பணி வாய்ப்புகள் பலவும் அவர்களுக்குப் பல இடங்களில் மறுக்கப் பட்டே வருகின்றன. இந்த நிலையில் இந்தியாவிலேயே முதன் முதலாகத் திருநங்கை ஒருவர் நீதிபதியாக நியமனம் செய்யப் பட்டிருக்கும் அபூர்வம் நடந்திருக்கிறது. மேற்கு வங்கத்தில்தான் இந்த நிகழ்வு நடந்திருக்கிறது.

அந்தத் திருநங்கையின் பெயர் ஜோயிதா மண்டல். இவர் மேற்கு வங்கத்தின் கொல்கத்தாவைச் சேர்ந்த பாரம்பரியம் மிக்க ஹிந்துக் குடும்பத்தில் பிறந்தவர். பத்தாம் வகுப்புக்குப் பிறகு பள்ளிப் படிப்பைக் கைவிட்டவர்.

மேற்கு வங்கத்தின் இஸ்லாம்பூர் மாவட்ட மக்கள் நீதிமன்றத்தின் (லோக் அதாலத்) நீதிபதியாக இவர் நியமிக்கப்பட்டுள்ளது பரபரப் பான பேசுபொருளாகும். இவரது ஆரம்ப வாழ்க்கை துயரம் நிரம்பியது. வீட்டில் உள்ளவர்கள் இவரை ஓர் ஆண் என்றே நினைத் தனர். ஆனால் இவரோ தன்னை ஒரு பெண்ணாகவே உணர்ந்திருக்

கிறார். ஒரு முறை இவர் அழகு நிலையத்துக்குச் சென்று தன்னைப் பெண்ணாகச் சிங்காரித்து அழகுபடுத்திக் கொண்டிருக்கிறார். அதனால் வீட்டிலுள்ளவர்கள் ஆத்திரமடைந்து இவரை அடித்து உதைத்திருக்கின்றனர். நான்கு நாட்கள் படுத்த படுக்கையாகி விட்டார். மருத்துவரிடம்கூட அழைத்துச் செல்லவில்லை. கல்விக் கூடத்திலும் அவமதிப்புகள் தொடர்ந்தன. தொடர்ந்து படிக்கவும் முடியவில்லை.

இவர் இஸ்லாம்பூருக்கு வந்து சேர்ந்ததே சுவாரசியமான செய்தி. ஒரு திசை தப்பிய ரயில் பயணம் இவரது வாழ்க்கையிலும் பல மாற்றங்களைக் கொண்டு வந்துவிட்டது. 2009ஆம் ஆண்டு, வீட்டை விட்டு வெளியேறி கொல்கத்தாவில் இருந்து சிலிகுரி என்னுமிடம் செல்வதற்காகப் பயணம் மேற்கொண்டார். ஆனால் சிலிகுரி என நினைத்து உத்தர் தினாஜ்பூர் மாவட்டத்தில் இருக்கும் இஸ்லாம்பூரில் இறங்கி விட்டார். இறங்கிய அவர் அங்கேயே தங்கிவிட்டார். அப்போது அவரது கையில் ஒற்றை ரூபாய்கூட இல்லை.

ஆரம்பத்தில் பேருந்து நிலையங்களில் படுத்து உறங்குவார். வீதிகளில் பிச்சை எடுத்து வாழ்க்கை நடத்தினார். பின்னர் தமது விட்டுப்போன படிப்பையும் தொடர்ந்தார். தபால் மூலம் சட்டப் படிப்பை முடித்துப் பட்டமும் பெற்றார்.

தினாஜ்பூரில் திருநங்கைகள் பலரும் சரியான வழிகாட்டுதல்கள் இன்றித் தவிப்பதைக் கண்டார். 2010ஆம் ஆண்டு, அவர்களை ஒன்று திரட்டி, 'தினாஜ்பூர் புதிய விளக்கு' (Dinajpur Notun Alo) என்று பெயரிட்டு, அரசு சாரா அமைப்பு ஒன்றையும் தொடங்கினார். அதே ஆண்டு, அவரது மாவட்டத்தில் மூன்றாம் பாலினத்தவர் என்ற அடையாளத்தோடு வாக்காளர் அடையாள அட்டை பெற்ற முதல் திருநங்கை என்ற சிறப்பும் இவருக்குக் கிடைத்தது. ஆதரவற்ற திருநங்கைகளுக்காகக் குரல்கொடுத்தார்.

LGBTQIA (lesbian, gay, bisexual, transgender, queer/questioning (one"s sexual or gender identity), intersex, and asexual/aromantic/agender) சமூகத்தைச் சேர்ந்தவர்கள் பலரும் இதில் உறுப்பினர்களானார்கள். அவர்களது உரிமைகள் பற்றிய விழிப்புணர்வை ஊட்டுவதை முக்கியப் பணியாகச் செய்தார்.

அவர்களுக்குப் பல விதங்களிலும் தேவைப்படும் உதவிகளையும் செய்தார். முதியவர்களுக்கும், பாலியல் தொழிலாளிகள் பலருக்கும் ஆதரவு அளித்தார். பாலியல் தொழிலாளிகளுக்கு ரேஷன் கார்டுகள், வாக்காளர் அடையாள அட்டைகள் மற்றும் ஆதார் அட்டைகள் கிடைக்கப் பெருமளவு உதவினார். அந்தப் பணிகள்தாம் இப்போது அவருக்கு 29ஆவது வயதில், 'நீதிபதி' என்ற கௌரவத்தைக் கொடுத்திருக்கின்றன.

தற்போது பல்வேறு வழக்குகளையும் திறம்பட விசாரித்து உரிய தீர்ப்புக்களை வழங்கி வருகிறார் ஜோயிதா.

அவரது நியமனம் குறித்துப் பேசும்போது, 'நான் சார்ந்திருக்கும் திருநங்கை சமூகத்துக்கு என்னால் மேலும் நன்மைகள் கிடைக்க வேண்டும் என்பது என்னுடைய எண்ணம். திருநங்கைகளின் நலனுக்கு அரசாங்கம் செய்ய வேண்டியன நிறைய உள்ளன. பல திருநங்கைகள் அதிகம் படித்தவர்கள் அல்ல. எனவே உடல் உழைப்புத் தேவைப்படும் அரசுப் பணிகளிலும், தனியார் துறைகளிலும் அவர்களை அரசு பயன்படுத்திக் கொள்ள வேண்டும். பிச்சை எடுப்பது மற்றும் பாலியல் தொழிலில் ஈடுபடுவது ஆகிய சமுதாய இழுக்குகளில் இருந்து அவர்கள் வாழ்வை மாற்றியாக வேண்டும்' என்பது ஜோயிதா மண்டலின் ஆணித்தரமான கருத்து.

இவரது சேவைகளக் கண்டறிந்த கூடுதல் மாவட்ட நீதிபதி சுப்ரோடோ போல் என்பவர் இவரை மக்கள் நீதிமன்ற நீதிபதியாக நியமித்தார். 2017ஆம் ஆண்டு, ஜூலை 8ஆம் தேதி இவர் பதவியேற்றார்.

'நான் சார்ந்திருக்கும் திருநங்கைகள் சமூகத்தால்தான் நான் இந்த உயரத்தை எட்டி இருக்கிறேன். ஒருபோதும் அவர்களை நான் அலட்சியப்படுத்த மாட்டேன்' என்று நேர்காணல் ஒன்றில் தெரிவித்திருக்கிறார் ஜோயிதா மண்டல்.

திருநங்கைகளுக்கும் சமூகத்தில் உரிய நீதி கிடைக்கும் என்பதை இந்தத் திருநங்கையின் நீதிபதி நியமனம் உறுதியாகத் தெரிவிக்கிறது.

❖

9. சேத்னா காலா சின்ஹா

கிராமப்புறப் பெண்களுக்காக வங்கி நடத்துபவர்

65 வயதான விவசாயிப் பெண் ஒருவர், வங்கி ஒன்றை ஆரம்பிக்க முடியுமா? மஹாராஷ்ட்ராவில் 8 கிளைகளுடன் 2 லட்சம் வாடிக்கையாளர்களுடன் வெற்றிகரமாகச் செயல்பட முடியுமா?

'முடியும்' என்று நிரூபித்துக் காட்டியிருக்கிறார் சேத்னா காலா சின்ஹா என்ற பெண்மணி. அவர் ஆரம்பித்திருகும் வங்கிக்குப் பெயர் மன்தேஷி மஹிளா சஹாகரி பேங்க் (Mann Deshi Mahila Sahakari Bank). இதை அவர் ஆரம்பித்த ஆண்டு 1997. ஆரம்பித்ததற் கான காரணம் இவரது அண்டை வீட்டுக்காரர் ஒருவரால் எந்த வங்கியிலும் கணக்கைத் தொடங்க முடியாமல் போனதுதான். அப்போது உள்ளூர்ப் பெண்களின் துணையோடு வங்கியை ஆரம்பித்திருக்கிறார் சேத்னா. இந்தியாவிலேயே கிராமப்புறத்துப் பெண்களுக்காகத் துவக்கப்பட்டு அவர்களாலேயே நிர்வகிக்கப் படும் முதல் வங்கி இதுதான்.

இவர் பிறந்தது மும்பையில். 1982ஆம் ஆண்டு மும்பைப் பல்கலைக் கழகத்தில் வணிகவியலிலும், பொருளாதாரத்திலும் முதுகலைப்

பட்டம் பெற்றார். ஜெயப்ரகாஷ் நாராயணனின் கருத்துக்களால் ஈர்க்கப்பட்டவர். காந்தியக் கொள்கைகளிலும் சேத்னாவுக்கு மிகுந்த ஈடுபாடு உண்டு. கல்லூரியில் படிக்கும்போதே கிராமப்புறத்தில் சேவை செய்ய வேண்டும் என்ற எண்ணம் அவருக்குள் இருந்தது.

அதன் பின்னர் விவசாயிகளின் தலைவர் ஒருவரைக் காதலித்துத் திருமணமும் செய்து கொண்டார். கழிப்பறை, குடிநீர் வசதி போன்ற அடிப்படைக் கட்டமைப்புக்கள்கூட இல்லாத குக்கிராமம் ஒன்றுக்கு அவர் இடம் பெயர நேரிட்டது.

அங்கேயே குடும்பம் நடத்தி, மூன்று குழந்தைகளுக்கும் தாயானார் சேத்னா. அவருடைய பக்கத்து வீட்டுக்காரரான காந்தாபாய் என்பவர் ஒரு நாள் இவரை வங்கியில் கணக்குத் தொடங்க உதவி கோரினார். சேத்னா அவரை அழைத்துக்கொண்டு வங்கி ஒன்றுக்குப் போனார். ஆனால் வெல்டர் பணிபுரியும் காந்தாபாயால் கணிசமான பணத்தை வங்கியில் சேமிக்க முடியாது என்ற காரணத்தைச் சொல்லி வங்கியினர் கணக்கைத் தொடங்க அனுமதி மறுத்தனர்.

அந்த நிகழ்ச்சி சேத்னாவை உசுப்பிவிட்டது. இந்திய ரிசர்வ் வங்கியிடமிருந்து வங்கி நடத்தும் உரிமத்தைப் பெற முனைந்தார். பணத்தின் அளவு முக்கியமல்ல; கிராமப்புறப் பெண்களுக்கு சேமிக்க உரிமை உண்டு என்பதை நிறுவ விழைந்தார்.

அவரது கனவை நனவாக்க, 1,335 பெண்கள் 7,80,000 ரூபாயை முதலீடாகச் செலுத்தினர். வங்கியும் உருவானது.

தற்போது இவரது வங்கி 2 லட்சம் வாடிக்கையாளர்களைக் கொண்டிருக்கிறது. மஹாராஷ்ட்ரா மாநிலத்தில் 8 கிளைகள் உள்ளன. சிறு தொழில் முனைவோருக்கான பல நுண் திட்டங்களை இந்த வங்கியில் செயல்படுத்துகிறார்கள்.

கிராமப்புறப் பெண்களுக்கான கூட்டுறவு உரிமம் முதன் முதலில் இவரது மஹிளா சஹாகரி வங்கிக்குக் கிடைத்தது. இவரது வங்கியால் பயன்பெற்ற பெண்களுக்கு நிதி ஆதாரமும், சாதிக்க முடியும் என்ற தன்னம்பிக்கையும் இந்த வங்கி வழங்குகிறது. 84,000 பெண்கள் இந்த வங்கியில் கடன் பெற்றுத் தொழில் செய்து வருகின்றனர். இவர்

உருவாக்கியிருக்கும் மான்தேசி அறக்கட்டளை பெண்களுக்காக நிதி பற்றிய கல்வியறிவு வகுப்புக்களையும் நடத்துகிறது. அங்கே சேமிப்பு, முதலீடு, காப்பீடு மற்றும் கடன்களைக் கையாளும் விதம் போன்றவற்றைச் சொல்லிக் கொடுக்கிறார்கள். இதனால் கிராமப் புறப் பெண்களின் சராசரி ஆண்டு வருமானம் 13,200 ரூபாய் வரை கூடியிருக்கிறது.

- 2005ஆம் ஆண்டு, கிராமியத் தொழில்முனைவோருக்கான, ஜான்கிதேவி பஜாஜ் புரஸ்கார் விருது இவருக்கு வழங்கப் பட்டது.
- 2009ஆம் ஆண்டு, காட்ஃப்ரே பிலிப்ஸ் தைரியம் அமோதினி விருதைப் பெற்றார்.
- 2010ஆம் ஆண்டு, புனேவில் இயங்கும் தொழில்முனைவோர் சர்வதேச அமைப்பு, 'தொழில்முனைவோர் மேம்பாட்டு விருது' வழங்கியது.
- அதே ஆண்டில், சதாராவின் சைக்லோ டிரான்ஸ்மிஷன் நிறுவனம் 'ராணி லட்சுமிபாய் புரஸ்கார்' விருதை அளித்தது.
- 2017ஆம் ஆண்டு, ஃபோர்ப்ஸ் இந்தியா தலைமை விருது பெற்றார்.
- இவரது நிறுவனத்துக்குப் இன்டர்நேஷனல் இன்னொவேஷன் விருது, பெஸ்ட் ஈக்கோ டெக் விருது மற்றும் பெஸ்ட் விமன்ஸ் பேங்க் விருது ஆகிய விருதுகளும் கிடைத்திருக்கின்றன.
- பெண்களுக்கு அதிகாரமும் அங்கீகாரமும் அளிப்பதற்குப் பாடு பட்டவர்களுக்கு அளிக்கப்படும் இந்தியாவின் மிக உயரிய விருதான, 'நாரி புரஸ்கார் விருது' பெற்றுள்ளார்.

சேத்னாவும் அவரது சகாக்களான 6 பெண்களும் ஸ்விட்சர்லாந்து நகரில் நடைபெற்ற உலகப் பொருளாதார மன்றத்தின் மாநாட்டில் கலந்து கொண்டு இந்தியாவுக்குப் பெருமை சேர்த்திருக்கின்றனர்.

10. குட்டியம்மா
104 ஆவது வயதில் தேர்வெழுதிப் பாஸானவர்

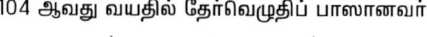

கேரள மாநிலம், கோட்டயம் மாவட்டத்தில் இருக்கும் ஆயர்குன்னம் பஞ்சாயத்தைச் சேர்ந்தவர் குட்டியம்மா என்னும் 104 வயது நிரம்பிய மூதாட்டி. இவர் கேரள மாநில எழுத்தறிவு இயக்கத்தால் நடத்தப்பட்ட ஆரம்ப நிலைத் தேர்வை சக மாணவ, மாணவியர்களுடன் எழுதி 100க்கு 89 மதிப்பெண்கள் பெற்றுத் தேர்ச்சியடைந்திருக்கிறார். 'மிகா உற்சவம்' என்பது அந்தக் கல்வித் திட்டத்துக்குப் பெயர். மலையாளம், கணக்கு மற்றும் பொது அறிவு ஆகிய பாடப் பிரிவுகளை உள்ளடக்கியது அந்தத் தேர்வு.

குட்டியம்மாவைப் பாராட்டிக் கேரள மாநிலக் கல்வி அமைச்சர் வி.சிவன்குட்டி, 'கல்வி கற்க வயது ஒரு தடையே இல்லை. குட்டியம்மாவையும் இதரப் புதிய மாணாக்கர்களையும் மிக்க மரியாதை உணர்வோடும், அன்போடும் வாழ்த்துகிறேன்' என ட்வீட் செய்திருக்கிறார்.

குட்டியம்மா ஈழவா என்ற பிற்பட்ட வகுப்பைச் சேர்ந்தவர். மிகவும் வறுமையான குடும்பம் இவருடையது. பெற்றோர் விவசாயக் கூலிகள். இவரது இளமைக் காலத்தில் பெண்கள் கல்வி கற்பது வெகு

அரிதாக இருந்திருக்கிறது. சிறு பெண்ணாக இருக்கும்போதே சமைப்பதும், துணிகளைத் துவைப்பதும், குடிசையைக் கூட்டிப் பெருக்கி சுத்தப்படுத்துவதும், கூடப்பிறந்த 11 சகோதர சகோதரிகளைப் பராமரிப்பதும் இவரது பொறுப்புக்களாக இருந்திருக்கின்றன.

திருவஞ்சூர் கிராமத்தில் வசிக்கும் குட்டியம்மாவுக்குச் செய்தித் தாள்களில் வரும் செய்திகளை அறிந்து கொள்வதில் தனி ஆர்வம் உண்டு. இவருடைய அண்டை வீட்டுக்காரரான ரெஹானாவிடம் ஓராண்டுக்கு முன்னர் எழுதப் படிக்கக் கற்றுக்கொண்டார்.

குட்டியம்மாவுடைய அன்றாடச் செயல்கள் பல ஆண்டுகளாக ஒரே மாதிரிதான் இருந்துவருகின்றன. காலையில் எழுந்து சமைப்பது, வீட்டைச் சுத்தம் செய்வது, மாடுகளுக்கும் கோழிகளுக்கும் தீவனம் வைப்பது என்று அவரது பணிகள் நீளும். வீட்டின் இதர உறுப்பினர்கள் சமைப்பதை இவர் விரும்புவதில்லை. தாமே சமைத்தாக வேண்டும் என்பதில் பிடிவாதமாக இருக்கிறார்.

அவரது தினசரி வாழ்க்கையில் தற்போது புதிதாகச் சேர்ந்திருப்பது பேப்பர்க்காரப் பையன் போடும் தினசரி பத்திரிகையை ஆவலோடு படிப்பதுதான். ஒரு செய்தித்தாளைப் படித்து முடிக்க இவருக்கு மணிக்கணக்கில் நேரம் பிடிக்கும். அத்தனை செய்திகளையும் படித்துத் தம்மைச் சுற்றி உலகத்தில் என்ன நடக்கிறது என்று தெரிந்து கொள்கிறார்.

'முன்பெல்லாம் செய்தித்தாளைப் படிக்க முடியவில்லையே என்ற மனக்குறை எனக்கிருந்தது. வீட்டில் இருக்கும் இளைய தலைமுறையினரிடம் எனக்காகச் செய்தித்தாளைப் படித்துக் காண்பிக்குமாறு கேட்டுக் கொள்வேன். அதே போல என்னுடைய பெயரையும் முகவரியையும் எழுதிப் பார்க்கவேண்டும் என்ற ஆசையும் எனக்கு இருந்தது' என்கிறார் குட்டியம்மா.

அதற்காக மாதக் கணக்கில் மாலை நேர வகுப்பில் சேர்ந்து பயின்றார். கேரளா மாநில அரசின் ஆரம்பக் கல்வித் தேர்வை எழுதினார். எழுதப் படிக்கும் தேர்வில் 89% மற்றும் கணக்குத் தேர்வில் 100% மதிப்பெண்களும் அவர் எடுத்திருக்கிறார். சிறு வயதில் காய்கறிக்

கடை ஒன்றில் வேலை பார்த்த அனுபவத்தால் கணக்கு இவருக்கு எளிதாக வசப்பட்டிருக்கிறது. தேர்வு முடிவுகள் வெளியானதும் பஞ்சாயத்து உறுப்பினர்கள் குட்டியம்மாவுடைய வீட்டுக்கு வந்து மரியாதை செலுத்தியிருக்கின்றனர். உள்ளூர் அரசியல் தலைவர் களும் பாராட்டி மகிழ்ந்தனர்.

16ஆவது வயதில் டி.கே.கோந்தி என்பவருடன் குட்டியம்மா வுக்குத் திருமணமாகியது. கணவர் ஒரு சிறிய கடையில் மூலிகை மருந்துகளை விற்பனை செய்யும் வேலையைச் செய்து வந்திருக் கிறார். இந்தத் தம்பதிக்கு 5 வாரிசுகள். 34 வயதான ரெஹானா ஆரம்பக் கல்விப் பயிற்றுநராகப் பணிபுரிந்து வந்தார். அவரது ஊக்குவிப்பால் குட்டியம்மா கல்வி கற்க ஆரம்பித்தார்.

"குட்டியம்மாவுக்குக் காது கொஞ்சம் மந்தம். பார்வைக் குறை பாடும் உண்டு. மற்றபடி அவர் ஒரு நல்ல மாணவிதான். அவர் தம்முடைய பாடப் புத்தகங்கள், நோட்டுப் புத்தகங்கள் மற்றும் பேனா ஆகியனவற்றை எப்போதும் தயார் நிலையில் வைத்திருப் பார். வீட்டில் அவரே தயாரித்த சுவையான தின்பண்டங்களையும் எனக்குக் கொடுத்து உபசரிப்பார். அவரது ஈடுபாடும் அர்ப்பணிப்பும் அபாரமானவை. அவர் எனக்குத் தாய் போல இருந்தாலும் நல்ல தோழியாகப் பழகுகிறார்" என்று பயிற்சியாளர் ஜான் தெரிவிக்கிறார்.

குட்டியம்மா இப்போது நான்காம் வகுப்புத் தேர்வெழுதுவதில் தமது கவனத்தைத் திருப்பியிருக்கிறார். பொதுவாக ஒன்பது வயதான பிள்ளைகள் எழுதும் தேர்வு இது. மலையாள மொழி, ஆங்கிலம், சுற்றுச்சூழல் மற்றும் கணக்கு ஆகியன பாடத்திட்டத்தில் இருக்கின்றன. ஆங்கிலம் புரியாத மொழி அல்லவென்றும் தமக்குக் கற்க எளிதாவே இருப்பதாகவும் குட்டியம்மா சொல்கிறார். எல்லாத் தேர்வுகளிலும் நூற்றுக்கு நூறு வாங்காப்போவதே தமது இலக்கு என்றும் பொக்கைவாய்ச் சிரிப்போடு குட்டியம்மா சொல்வதைப் பார்க்க அழகாகாக இருக்கிறது.

வயது ஓர் எண் மட்டுமே என்பதையும், கல்வி கற்க முதுமைப் பருவம் தடையே இல்லை என்பதையும் குட்டியம்மாவின் கெட்டிக் காரத்தனம் பறைசாற்றுகிறது.

❖

11. திவ்யா ராவ்

10 x 15 உணவகக் கடையில் ஆண்டொன்றுக்கு 50 கோடி ரூபாய் வியாபாரம் செய்யும் சாதனைப் பெண்!

நடுத்தரக் குடும்பத்தில் பிறந்த அந்தப் பெண்ணுக்குப் பாக்கெட் மனியாகத் தினசரி 10 ரூபாய் கிடைப்பதே மிகவும் அரிதான விஷயமாக இருந்திருக்கிறது. அவர் சொந்த உழைப்பில் முன்னேறி, ஆண்டொன்றுக்கு 50 கோடி ரூபாய் வர்த்தகம் செய்யும் அளவுக்கு உயர்ந்திருப்பது மகிழ்ச்சியையும் வியப்பையும் அளிக்கிறது.

அந்த சாதனைப் பெண் பெயர் திவ்யா ராவ். பெங்களூருவில் இருக்கும் பிரபலமான, 'ராமேஸ்வரம் கேஃப்' என்ற உணவகத்தின் உரிமையாளர் இவர். 2021ஆம் ஆண்டு துவங்கப்பட்ட இது, முழுக்க முழுக்க சைவ உணவகமாகும். மறைந்த முன்னாள் இந்தியக் குடியரசுத் தலைவர் ஏ.பி.ஜே.அப்துல் கலாம் அவர்கள் நினைவாக, அவரது சொந்த ஊரைத் தமது உணவகத்துக்குச் சூட்டியிருக்கிறார் திவ்யா.

ராமேஸ்வரம் என்ற பெயரைக் கேட்பவர் எவருக்குமே தென்னிந்தியாதான் நினைவில் வரும் என்பதுவும் உணவகத்தின் பெயர்க் காரணங்களில் இன்னும் ஒன்று.

தமது 21ஆவது வயதில், சார்ட்டட் அக்கவுன்டன்ட் படிப்பை முடித்தார். அதன் பின்னர் அகமதாபாத் ஐ.ஐ.எம். மூலம் நிதி மற்றும் மேலாண்மைப் படிப்பையும் முடித்தார் திவ்யா.

அஹமதாபாத் ஐஐஎம் நிறுவனத்தில் திவ்யா முது நிலைப் படிப்பைப் படித்துக் கொண்டிருந்தபோது, தரமான சுவை மற்றும் சிறந்த சேவையுடன் உலகம் முழுக்கக் கிளை பரப்பியிருக்கும் கேஎஃப்சி மற்றும் மெக்டொனால்ட்ஸ் போலத் தென்னிந்தியப் பாரம்பரிய உணவு வகைகளை மக்களுக்குத் தர வேண்டும் என விரும்பினார்.

ஆனால் ஐஐஎம் நிறுவனத்தின் பேராசிரியர் வகுப்பெடுக்கும்போது, உணவகம் நடத்த வெளிநாட்டுக்காரர்களுக்கு இருக்கும் திறமை போல இந்தியர்களுக்கு இருப்பதில்லை என்று ஏளனமாகக் கூறி யிருக்கிறார். அவரது அந்த வார்த்தைகளே திவ்யாவுக்குத் தாமும் வெற்றிகரமான ஓர் உணவகத்தைத் துவக்க வேண்டும் என்ற ஆர்வத்தைத் தந்திருக்கினறன.

அப்போது ராகவேந்திரா என்பவரைச் சந்தித்தபோது திவ்யாவின் கனவு நனவானது. ராகவேந்திர ராவ் எந்திரப் பொறியியலில் பட்டம் பெற்றவர். ராகவேந்திரருக்கு சிறிய அளவில் சேஷாத்ரிபுரத்தில் உணவுக்கடை ஒன்றிருந்தது. மேலும் அவருக்குப் பதினைந்து ஆண்டுக்கும் கூடுதலான அனுபவம் உணவகத் துறையில் இருந்தது. அவருடன் இணைந்து திய்வா ராமேஸ்வரம் கேஃப் உணவகத்தைத் தொடங்கினார்.

ராமேஸ்வரம் கேஃப் உதயமானது இப்படித்தான்!

வணிகத்தில் கூட்டாளிகளாக இருந்த திவ்யா, ராகவேந்திரர் இருவரும் வாழ்க்கையிலும் இணைந்தனர். திருமணம் செய்து கொண்டு வெற்றிகரமாகத் தொழிலை நடத்தி வருகிறார்கள்.

பெங்களூரு மக்களுக்கு மிகவும் அறிமுகமான உணவகம்தான், 'ஹோட்டல் ராமேஸ்வரம்'. நாளொன்றுக்கு 7,500 பில்கள் மூலம் வாடிக்கையாளர்கள் தொகைகளைச் செலுத்தி வருகிறார்கள். மாதத்துக்கு சுமார் 4.5 கோடி ரூபாய் தொகை புழங்குகிறது. ஆண்டொன்றுக்கு சுமார் 50 கோடி ரூபாய் அளவுக்கு வணிகம்

நடைபெறுகிறது. இதில் கணிசமான - அதாவது சுமார் 70% வரை - லாபமும் கிடைக்கிறது.

கடை ஒன்றின் விஸ்தீரணம் 10 X 15 அடிகள் மட்டுமே!

ராமேஸ்வரம் கேஃப், இட்லி மற்றும் தோசைகளுக்குப் பெயர் பெற்றது. நெய்ப் பொடி இட்லி, நெய்த் தட்டு இட்லி, நெய்ப் பொடி மசாலா தோசை, பட்டர் மசாலா தோசை, பூண்டு ரோஸ்ட் தோசை, அக்கி ரொட்டி, கோங்குரா சாதம், வெண் பொங்கல், வடை மற்றும் நெய் சாம்பார் பட்டன் இட்லி, ஃபில்டர் காஃபி, ஆகியனவும் பிரபலமான வகைகளாகும்.

தரமான மூலப் பொருட்களைத் தேர்ந்தெடுப்பதிலும் தூய்மை பேணுவதிலும் ராகவேந்திரர் தம்பதியினர் கண்ணும் கருத்துமாக இருக்கின்றனர்.

சமையல் சோடாவைப் பயன்படுத்துவதே இல்லை. கலப்படமில்லாத, சுத்தமான நெய்யை வேறெந்த எண்ணெயுடனும் கலக்காமல் பயன்படுத்துவது இவர்களின் இன்னுமொரு சிறப்பு. செயற்கை வண்ணங்கள் எதையும் உணவுகளில் சேர்ப்பதில்லை என்பதில் மிகக் கவனமாக இருக்கிறார்கள். குளிர்சாதனப் பெட்டி எதுவுமே இவர்களின் கிளைகளில் கிடையாது. இவர்களின் எல்லாக் கிளைகளிலும் தரமான உணவுகள் கிடைப்பதை இவர்கள் உறுதி செய்கிறார்கள்.

இது விரைவு சேவை (Quick Service) உணவகமாகும். இந்த உணவகம் காலை 6.30 முதல் நள்ளிரவு வரை திறந்திருக்கும். கடைகளில் எப்போதும் கூட்டம் நிரம்பி வழிகிறது. நீண்ட வரிசை இருந்தாலும், டோக்கன் பெற்ற 15 முதல் 20 நிமிடங்களில் உணவு கிடைத்து விடுகிறது.

இரண்டே ஆண்டுகளில் பெங்களூருவில் 4 கிளைகள் திறக்கப் பட்டிருக்கின்றன. ஜே.பி.நகர், இந்திரா நகர், ப்ரூக்ஃபீல்ட் மற்றும் ராஜாஜி நகர் ஆகிய இடங்களில் இதற்குக் கிளைகள் இருக்கின்றன. விரைவில் துபாயிலும் இதன் கிளையைத் தொடங்குவதாக திவ்யா தெரிவிக்கிறார். அதைத் தொடர்ந்து இன்னும் சில வெளிநாடுகளிலும்

கிளைகள் திறக்கும் உத்தேசமும் திவ்யாவுக்கு இருக்கிறது. இந்தியாவில் அடுத்ததாக ஹைதராபாத்தில் இவரது கிளை திறக்கப்பட உள்ளது. விரைவில் வட இந்தியாவிலும் கால் பதிக்க இருப்பதாக திவ்யா தெரிவிக்கிறார்.

ஒரு கிளை ஆரம்பிப்பதற்கு முன்னர், அதில் வேலை செய்ய உள்ள பணியாளர்களுக்குத் தரம், தூய்மை, சேவை மனப்பான்மை, கூட்டத்தைச் சமாளிப்பது போன்றவற்றுக்கான முறையான, விரிவான பயிற்சிகளை அளிப்பது இந்தத் தமபதியினரின் வழக்கம். தற்போது இவரது உணவகங்களில் 700க்கும் மேற்பட்ட தொழிலாளர்கள் பணிபுரிகின்றனர். வாரத்தின் அத்தனை நாட்களிலும் கடைகள் திறந்திருக்கின்றன.

வரிகள் செலுத்துவதில் மிகவும் நாணயமாக இருப்பவர் திவ்யா. இவரது உணவக அலுவலகங்களில் ஜிஎஸ்டி ரெய்டு ஒரு முறை நடந்தபோது, நாள் முழுக்கத் தேடியும் எந்த ஒரு விதி மீறலும் நடக்காததைக் குறித்து, ரெய்டு வந்த அதிகாரிகளே ஆச்சரியப்பட்டார்களாம்.

கணவன் மனைவி இருவருமே பிசினஸ் பார்ட்னர்களாக இருப்பதில் சிக்கல் வருவதில்லையா?

'எங்கள் இருவருக்குமிடையே நன்கு புரிதல் இருக்கிறது. ஆனால் பிசினஸ் தொடர்பாகக் கருத்து வேறுபாடுகள் வரத்தான் செய்யும். அவரவர் கொள்கையில் நியாயம் இருப்பதாகவே இருவரும் நினைப்போம். வேலையில் இருக்கும்போது என்னை உங்களுடைய மனைவியாகப் பார்க்காதீர்கள் என்று எனது கணவரிடம் கூறுவேன். இருவரும் மற்றவரது கருத்துக்களுக்கு மதிப்பளிப்போம். கலந்து பேசி உரிய முடிவெடுப்போம்' என்கிறார் திவ்யா.

❖

12. தீபிகா சௌத்ரி

இந்தியாவின் முதல் பெண் பாடி பில்டர்

கரணை கரணையான சதைப் பாங்குடன், 6 பேக்ஸ் அமைப் பையும் கொண்டு, தங்கள் கட்டுடலைப் பேணிப் பாதுகாக்கும் ஆணழகர்களை 'பாடி பில்டர்' என்போம். பொதுவாகப் பெண்கள் அதிகம் நுழையாத துறைதான் இந்த 'பாடி பில்டிங்.'

உயிரியல் ஆய்வாளராக இருந்த தீபிகா சௌத்ரி இன்றைக்கு ஒரு தொழில்முறை பாடி பில்டராகி இருக்கிறார். பூனாவைச் சேர்ந்தவர் இவர். பூனாவில் இருக்கும் நேஷனல் இன்ஸ்டிட்யூட் ஆஃப் வைராலஜி என்னும் நிறுவனத்தின் முன்னாள் தொழில்நுட்ப அலுவலராக இவர் பணியாற்றியிருக்கிறார்.

இவரது தந்தை ஒரு குடிகாரார். அவரது ஆதரவு குடும்பத்துக்கு இல்லை. தாயாரின் வளர்ப்பிலேயே வளர்ந்திருக்கிறார்.

'இன்டர்நேஷனல் ஃபெடெரேஷன் ஆஃப் பாடி பில்டிங்' என்ற சர்வதேச உடற்கட்டமைப்புக் கூட்டமைப்பின் சார்பு அட்டையை வைத்திருக்கும் ஒரே இந்தியப் பெண்மணி தீபிகா சௌத்ரி மட்டுமே!

ஃபிகர் டிவிஷனின் கீழ் 'ப்ரொஃபெஷனல் அத்லெட்' என்ற அங்கீகாரத்தை அந்த அமைப்பில் இருந்து பெற்றிருக்கிறார்.

பாடி பில்டிங் துறையில் கால் பதித்து, 'இந்தியாவின் முதல் பெண் பாடி பில்டர்' என்ற பெருமையைப் பெற்றிருக்கிறார் தீபிகா சௌத்ரி என்ற பெண்மணி. சர்வதேச அளவில் பாடி பில்டிங்கில் வெற்றி பெற்ற முதல் இந்தியப் பெண்ணும் இவர்தான்.

தி ஸ்டீவ் ஸ்டோன் மெட்ரோபாலிடன் சாம்பியன்ஷிப், அட்லான்டிக் ஸ்டேட்ஸ் சாம்பியன்ஷிப், என்பிஸி ஈஸ்டர்ன் யூஎஸ்ஏ சாம்பியன்ஷிப் போன்ற பல போட்டிகளில் இவர் பங்கேற்று வென்றிருக்கிறார்.

ஓவரால் ஃபிகர் கேட்டகிரி என்ற பிரிவில் இவருக்கு இந்தப் பெருமை கிடைத்திருக்கிறது. இவர் ஒரு பவர் லிஃப்டரும் ஆவார்.

Battle Of The Beach போட்டிகளில் ஆரம்ப நிலை மற்றும் ஓப்பன் பிரிவுகளில் முதல் பரிசு பெற்றிருக்கிறார். 2014ஆம் ஆண்டு ஃபோர்ட் லாடெர்டேல் கோப்பையையும் வென்றிருக்கிறார்.

கட்டுக்கோப்பான சதைகளுக்குள் மென்மையாகப் பேசும் நல்லியல்பு கொண்ட பெண்ணாகவும், அன்றாடம் சவால்களை எதிர்கொள்பவராகவும் தீபிகா சௌத்ரி இருப்பதை உணரலாம்.

அமெரிக்காவில் உள்ள பாம்ப்ஷெல்ல் ஃபிட்னெஸ் நிறுவனத்தின் தலைமைச் செயல் அலுவலரான ஷான்னான் டே என்ற பெண் மணியைப் பார்த்தபோதில் இருந்துதான் தனக்கும் பாடி பில்டராக வேண்டும் என்ற உத்வேகம் ஏற்பட்டது என்கிறார் தீபிகா சௌத்ரி.

ஷான்னானுடைய கருத்தரங்கில் கலந்துகொண்டபோது இந்தத் துறையின் மீது தீபிகா சௌத்ரிக்கு ஆர்வம் ஏற்பட்டிருக்கிறது.

2012ஆம் ஆண்டு, புரஃபஷனல் ஃபிகர் அத்லெட்டுகளை முதன் முறையாக டெல்லியில் இருக்கும் ஷேரு கிளாஸிக் என்ற பாடி பில்டிங் நிகழ்வில் இவர் பார்த்திருக்கிறார். அவர்களுடைய நிகழ்ச்சி களைக் கண்ட பிறகு தாமும் அவர்களைப் போல மாறவேண்டும் என்ற எண்ணம் இவருக்கு உதித்திருக்கிறது.

பலரது செயல்பாடுகளும் இவருக்கு ஊக்கம் அளித்திருக்கின்றன. தமது 70ஆவது வயதிலும் கட்டிடத்தைத் தூய்மை செய்யும் பெண்கூட இவருக்கு முன்மாதிரிதான் என்கிறார்.

இவரது பயிற்சியாளர் ஜென்னிஃபெர் கோன் ஸ்ட்ரோபோ உலகிலேயே நான்காவது பெஸ்ட் ஃபிகர் அத்லெட் ஆவார். அவரிடம் இருந்து நிறையக் கற்றுக்கொண்டிருக்கிறார் தீபிகா சௌத்ரி. தாயார் மற்றும் குடும்ப அங்கத்தினர்களது பாராட்டுகளும் தீபிகாவுக்கு டானிக்காக அமைந்திருக்கின்றன.

நேர்காணல் ஒன்றில், 'நான் இந்தத் துறையை மிகவும் நேசிக்கிறேன். ஆரம்ப நிலையில் உள்ளவரோ அல்லது எனக்கு சீனியர்களாக இருப்பவர்களோ யாராக இருந்தாலும் அவர்களுக்கு உரிய மரியாதையை நான் கொடுக்கிறேன். என்னுடைய வாழ்க்கையையே ஓர் ஆன்மிகப் பயணமாக நான் உணர்கிறேன். பளுவைக் கைகள் தொடும்போது அது ஓர் உன்னத உணர்வை எனக்குத் தருகிறது' என்கிறார் தீபிகா சௌத்ரி.

'பாடி பில்டிங் தற்போது வேகமாக இந்தியாவில் பரவி வருகிறது; பெண்களும் அதில் பங்கேற்க முன்வருவதைக் கண்டு எனக்கு மிக மகிழ்ச்சியாக இருக்கிறது. பெண் பாடி பில்டர்களுக்குத் தேவையான பாதுகாப்புப் பயிற்சிகளை முறையாக அளிக்கத் தகுதி வாய்ந்த பயிற்சியாளர்கள் இன்னமும் தேவை. பாதுகாப்பும், முறையான வழிகாட்டுதல்களும் இல்லையேல் இந்தத் துறை தனது கவர்ச்சியை இழந்து விடக்கூடும். சர்வதேசத் தரத்துக்கு நம்மை உயர்த்திக் கொண்டாக வேண்டும். அதற்கேற்றபடியான போட்டி அமைப்புகள் இந்தியாவில் வலுப்பெற வேண்டும்.'

தற்போதைய பாடி பில்டர்களுக்கு குறிப்பாகப் பெண் பாடி பில்டர்களுக்கு அரசாங்கத்திடம் இருந்து மிகக் குறைந்த அளவே பொருளாதார உதவி கிடைக்கிறது; இது மாற வேண்டும். இது ஆண்களுக்கு மட்டுமேயானது என்ற மனப்பான்மையும் பரவலாக இருக்கிறது. அதுவும் மாறியாக வேண்டும்.

இந்தத் துறையில் சாதிக்க விரும்பும் பெண்ணுக்கு உடல் வலிமையுடன் கூடவே மிகுந்த மன வலிமையும் தனது இலக்கை எட்டுவதற்குத் தேவைப்படுகிறது.

இந்தத் துறையைத் தேர்ந்தெடுக்கும் பல பெண்கள், குடும்பம் மற்றும் சமூக அழுத்தங்களின் காரணமாகவும் சமுதாயக் கண்ணோட்டத்தின் காரணமாகவும் பாதியிலேயே அவற்றோடு சமரசம் செய்து கொண்டு நீங்குவதும் நடந்து கொண்டுதானிருக் கிறது என்பதும் தீபிகா சௌத்ரி உடைய கருத்து.

இவர் தினசரி காலை 5 மணிக்கு எழுந்து விடுகிறார். பின்னர் ஒரு மணி நேரம் நடைப்பயிற்சி. 9 மணிக்குப் பணிக்குச் செல்கிறார். 6 மணிக்கு வீடு திரும்பும் இவர் 2 மணி நேரம் எடைப் பயிற்சி மேற் கொள்கிறார். தினசரி 30 நிமிடங்கள் கார்டியோ பயிற்சியும் உண்டு. தீபிகா சௌத்ரி மற்ற பெண்களுக்கும் பாடி பிலிடிங்கில் பயிற்சி அளிக்கிறார்.

ஒரு நாளைக்கு ஆறு முதல் 7 தடவைகள் ஆகாரம் எடுத்துக் கொள்கிறார். அதில் இவருக்குத் தேவையான அனைத்து சத்துக் களும் நிரம்பியிருக்கின்றன.

'பாடி பில்டிங் பற்றிப் பெண்கள் அனைவரும் தெரிந்து கொள்ள வேண்டியது அவசியம். குறிப்பாகப் பெண்கள் தெரிந்து கொள்ள வேண்டும்' என்பது தீபிகாவின் கருத்து.

13. சாரா சன்னி

இந்தியாவின் காது கேட்காத – வாய் பேசவியலாத முதல் பெண் வழக்கறிஞர்

வழக்கறிஞர் என்றாலே வாதப் பிரதிவாதங்களைக் கூர்மை யாகக் கேட்டு, உள்வாங்கி, திறமையான சொல்லாற்றலுடன் நீதி மன்றத்தில் வாதாடுவது அவருக்கான அடிப்படைச் சிறப்புத் தகுதி என்றுதானே நினைத்திருக்கிறோம்?

ஆனால் காது கேட்காத - வாய் பேச இயலாத - பெண் வழக்கறிஞர் ஒருவர் நீதிமன்றத்தில் வழக்கடியிருக்கிறார் என்பது ஆச்சரியமான விஷயம்தானே!

அதுவும் அப்படிப்பட்ட குறையுடைய அவர் வாதாடியிருப்பது இந்தியாவின் உச்ச நீதிமன்றத்தில் என்பது வியப்பை இன்னும் அதிக மாக்குகிறது.

27 வயதான சாராவின் சொந்த ஊர் கேரளத்தில் இருக்கும் கோட்டயம். அங்கே இருக்கும் சிஎம்எஸ் கல்லூரி அருகில் அவருடைய வீடு இருக் கிறது. சார்ட்டட் அக்கவுன்டன்ட் ஆகப் பணிபுரியும் தந்தையார் பெயர் சன்னி குருவிலா. சாராவின் இரட்டைச் சகோதரியான மரியா சன்னி மற்றும் சகோதரர் பிரதிக் குருவிலா ஆகியோரும் காது

கேளாதவர்களே. பள்ளிக் காலத்தில் சக மாணவர்களின் கேலிக்கு சாரா ஆளாக நேர்ந்திருக்கிறது. ஆனால் அதற்கெல்லாம் அவர் மனம் தளரவில்லை. உதட்டசைவுகள் மற்றும் நண்பர்களின் உதவியோடு கல்வி கற்றிருக்கிறார்.

தம்மையும் தமது சகோதர சகோதரிகளையும் சமமாக நடத்தி இதர குழந்தைகளோடு கல்வி கற்க வைத்ததற்காகத் தமது பெற் றோருக்கு சாரா நன்றி கூறுகிறார். தமது கனவை நனவாக்க உதவி யவர்கள் பெற்றோர்தாம் என்கிறார்.

பெங்களூருவில் இருக்கும் செயின்ட் ஜோசஃப்ஸ் சட்டக் கல்லூரி யில் சட்டத்தில் இளங்கலைப் பட்டம் பெற்றிருக்கிறார் சாரா. அந்தக் கல்லூரியில் பட்டம் பெற்ற முதல் அணியை (Batch) சேர்ந்தவர் இவர்.

2021ஆம் ஆண்டு, பார் தேர்வை (bar exam) எழுதி, வழக்கறிஞராகப் பதிவு செய்து கொண்டு வழக்காடத் தொடங்கியிருக்கிறார்.

தற்போது வழக்கறிஞராகப் பணியாற்றிக்கொண்டே மனித உரிமைச் சட்ட அமைப்புகளிலும் தீவிரமாகப் பங்கெடுத்து வருகிறார். இரண்டாண்டுகளாக அவர் வழக்கறிஞராகப் பணி யாற்றி வருகிறார்.

செவிட்டூமையான சரளா இந்திய உச்ச நீதிமன்றத்தில் வாதாடி யிருப்பது ஒரு வரலாற்று நிகழ்ச்சியாகவே பார்க்கப்படுகிறது.

சைகை மொழி வல்லுநரான சவ்ரவ் ராய்சௌத்ரியின் உதவியுடன் சரளா வாதாடியிருக்கிறார். 2023ஆம் ஆண்டு செப்டம்பர் மாதம் 22ஆம் தேதி இது நடந்திருக்கிறது. அவர் வாதாடிய வழக்கு மாற்றுத் திறனாளி ஒருவரின் உரிமைகள் தொடர்புடையது.

முன்பு அவர், ‘சட்டம் மற்றும் கொள்கை ஆராய்ச்சி மையத்தில்’ (Law and Policy Research) பயிற்சி பெற்றார். இது ஒரு லாப நோக்கற்ற அறக்கட்டளையாகும். அங்கே அவர் அரசியலமைப்பு மற்றும் ஊன முற்றோர் சட்ட வழக்குகளைக் கையாண்டார்.

ஆரம்ப காலத்தில் சைகை மொழி வல்லுநர்கள் இவருக்கு உதவ நீதிமன்றங்கள் அனுமதிக்கப்படவில்லை. காரணம், அந்த வல்லுநர்

களுக்குப் போதுமான சட்ட அறிவும், சட்ட நுணுக்கங்களும் தெரியாது என்பதுதான். அப்போதெல்லாம் சாரா தம்முடைய வாதங்களை எழுத்து மூலமே சமர்ப்பிக்க வேண்டியிருந்தது.

06.09.2023 அன்று, உச்ச நீதிமன்றம் சாராவுக்காக சைகை மொழி வல்லுநர் ஒருவரை நியமித்தது. இது உச்ச நீதிமன்றத்தின் வரலாற்றில் முதல் முறையாகும். வழக்கு நடைமுறைகளை சாரா புரிந்து கொள்வதற்காக இந்த ஏற்பாடு செய்யப்பட்டிருக்கிறது.

மெய்நிகர் நீதிமன்ற (virtual court) நடைமுறைகளின்படி சாராவும், சைகை வல்லுநர் ராய்சௌத்ரியும் காணொளியில் தோன்றுவதற்கு சஞ்சிதா ஐன் என்ற வழக்கறிஞர் ஏற்பாடு செய்திருந்தார். சரளாவின் வாதங்களை சைகை மொழி மூலம் உன்னிப்பாகக் கவனித்து, சௌத்ரி நீதிமன்றத்தில் விளக்கினார். அவரது மின்னல் வேகச் செயல்பாடு அனைவரையும் கவர்ந்தது.

‘உச்ச நீதிமன்றத் தலைமை நீதிபதி திரு.டி.ஒய். சந்திரசூட் அவர்களின் இந்த அணுகுமுறை மாற்றுத் திறனாளிகளுக்குப் புதிய வாசல்களைத் திறந்துவிட்டிருக்கிறது’ என்று மனமாரப் பாராட்டுகிறார் சாரா.

‘இது போன்றதொரு நிகழ்வு நடக்க நீண்ட காலம் ஆகியிருக்கிறது. வெகு காலத்துக்கு முன்னரே இது நிகழ்ந்திருக்க வேண்டும்’ என்று தலைமை நீதிபதி டி.ஒய்.சந்திரசூட் குறிப்பிட்டிருக்கிறார். அரசியலமைப்பு பெஞ்சின் நடவடிக்கைகளை காது கேளாதோர் உட்பட அனைவரும் அறிந்துகொள்ளும் வகையில் உதவுவதற்கு, சைகை மொழி வல்லுநர் ஒருவரை நியப்பதும் தங்கள் பரிசீலனையால் இருப்பதாகத் தலைமை நீதிபதி தெரிவித்தார்.

மூத்த வழக்கறிஞர் மேனகா குருஸ்வாமி, ‘உண்மையிலேயே இது வரலாற்றில் இடம்பெறும் முக்கியமான நிகழ்வு’ என்று கருத்துத் தெரிவித்திருக்கிறார்.

சாராவுடன் பணியாற்றும் வழக்கறிஞரான சஞ்சனா ஐன், ‘சன்னியின் செயல்பாடுகள் நேர்மறையான தாக்கத்தை நீதித் துறையில் நீண்ட நாட்களுக்கு ஏற்படுத்தும் என்றும், காது கேளாதோர்

பலரும் சட்டம் பயிலவும், காது கேளாதோருக்கு எளிதில் சட்ட உதவிகள் கிடைக்கவும் வழிவகுக்கும்' என்றும் தெரிவிக்கிறார்.

நீதிமன்ற நடவடிக்கைகளுக்குப் பிறகு, 'சைகை மொழி வல்லுநரின் உதவியோடு, நம்பிக்கையோடு நீதிமன்றத்தில் வாதாடுவது எப்படி என்பதை நான் கற்றுக்கொள்ள முடிந்தது' என்கிறார் சாரா.

சட்டத் துறையில் இருந்த நாட்டம் மட்டுமே வழக்கறிஞர் பாதையை சாரா தேர்ந்தெடுக்கக் காரணம் இல்லை. மாறாக, கேட்கும் திறனற்ற பலருக்கும் சவால்களை எதிர்கொள்ளப் பாதை அமைத்துத் தரவேண்டும் என்பதும் அவரது விருப்பமாக இருந்திருக்கிறது.

காது கேளாதோர் உரிமைகளுக்காகப் பாடுபடும் அட்வகசி ஆஃப் நேஷனல் அசோசியேஷன் ஆட் டெஃப் (Advocacy of National Association of Deaf) என்ற அமைப்பில் உறுப்பினராகவும் சாரா இருக்கிறார்.

சாரா சன்னி உச்ச நீதிமன்றத்தில் வழக்காடியிருப்பது, காது கேளாதோர் சமூகத்துக்குத் தக்க வாய்ப்பை இந்தியச் சட்ட அமைப்பு வழங்கியிருப்பதைக் காட்டுகிறது என்பதே பல சமூக நோக்கர்களின் கருத்தாக இருக்கிறது.

14. மௌஷ்மி கபாடியா
மகனுக்குப் பிறவிக் குறைபாடு இருந்தபோதும்
பயணங்களில் சாதிக்கும் தாய்

ஆபத்தான பாதைகளில் சாகசப் பயணங்களை ஆண்களில் சிலர் மேற்கொள்வதைப் பற்றிக் கேள்விப்பட்டிருக்கிறோம். ஆனால் மிக அதிகமான தட்பவெப்ப நிலைகள் உள்ள இடங்களில், மிகக் கடினமான சாலைகளில் தனியே பெண் ஒருவர் மோட்டார் சைக்கிளில் தொடர்ந்து பயணம் செய்வது ஆச்சரியப்பட வைக்கிறது தானே!

அந்த ஆச்சரியத்தை அளிப்பவர் மௌஷ்மி கபாடியா.

'இந்த வகையான பயணங்கள் அளிக்கும் சுதந்திர உணர்வுக்கு ஈடு இணை இல்லை; விட்டு விடுதலையாகும் சிட்டுக் குருவியின் உணர்வு களுக்கு ஈடானது; பரிசுத்தமான மகிழ்ச்சியை அள்ளித்தரும் அபூர்வ அனுபவம் அது!' என்கிறார் இவர்.

மௌஷ்மிக்கு பைக் வாகன ஓட்டி, சாகச விரும்பி, மலையேற்றக் காரர், வரைகலை வடிவமைப்பாளர் (கிராஃபிக் டிசைனர்), தொழில்முனைவோர் எனப் பல முகங்கள் உண்டு. எல்லா வற்றுக்கும் மேலாக அவர் இரு குழந்தைகளின் தாய்; மூத்த மகனுக்குக் குணப்படுத்தவே முடியாத ரிஜிட் ஸ்பின் மஸ்குலர்

டிஸ்ட்ர்ரோஃபி (Rigid Spine Muscular Dystrophy - RSMD) என்ற நோய் உள்ளது. இருப்பினும் மனம் சோர்ந்து விடாமல் மௌஷ்மி தன்னுடைய சாகசப் பயணங்களை மேற்கொண்டு வருகிறார்.

முதலில் மௌஷ்மியுடைய மயிர்க்கூச்செரியும் பயணங்களைப் பற்றிப் பார்ப்போம்.

சமீபத்தில் சுமார் 6,000 கி.மீ. தூரம் கொண்ட தமது பயணத்தை மோட்டார் சைக்கிள் மூலம் தனியே கடந்திருக்கிறார். இதற்காக இவர் தேர்ந்தெடுத்திருக்கும் பாதை கோல்டன் குவாட்ரிலேட்டரல் ஹைவே (Golden Quadrilateral Highway).

டெல்லி, மும்பை, கொல்கத்தா மற்றும் சென்னை நகரங்களை இணைக்கும் நாற்கர வடிவிலான பாதையைத்தான் கோல்டன் குவாட்ரிலேட்டரல் ஹைவே என்பார்கள்.

இவரது பயணத்தின் ஊடாக கார்டங் லா பாஸ் என்ற பகுதியை இவர் கடந்தது மிகவும் குறிப்பிடத்தக்கது. அந்தப் பகுதிதான் வாகனங்கள் செல்லும் அளவுக்கு உலகிலேயே மிக அதிக உயரத்தில் இருக்கும் கணவாய்ப் பகுதியாகும்.

2021ஆம் ஆண்டு, அக்டோபர் 7ஆம் தேதி அதிகாலை 4:59க்குத் தம்முடைய பயணத்தை இவர் தொடங்கியிருக்கிறார். பயணத்தை நிறைவு செய்த தேதி 15.10.2021. நேரம் இரவு 7:13. மும்பை - பெங்களூரு- விஜயவாடா- விசாகப்பட்டினம்- புவனேஸ்வர்- கொல்கத்தா-வாரணாசி - டெல்லி- உதய்ப்பூர் - மும்பை எனப் பெரு நகரங்கள் வழியே பயணம் மேற்கொண்டிருக்கிறார். 9 நாட்களில் இவர் கடந்த தூரம் 5,921 கி.மீ.

வாழ்க்கையை தமது விருப்பப்படி முழுமையாக வாழ்ந்து தீருவது என்பது மௌஷ்மியுடைய லட்சியம். மோட்டார் சைக்கிள் ஓட்டாமலிருக்கும் சமயங்களில் இமயமலையில் ட்ரெக்கிங் செல்வது, புகைப்படங்கள் எடுப்பது, தமது தொழிலைக் கவனிப்பது மற்றும் இல்லத்தில் பொறுப்புள்ள தாயாக இருப்பது என்று நேரங்களை ஒதுக்கிக் கொள்கிறார்.

தாம் வாழ்க்கையில் சந்தித்த சவால்களைப் பற்றியும், அவற்றை வெற்றிகரமாக எதிர்கொண்டு மீண்டு வந்ததைப் பற்றியும் பேசுகையில், ‘வெறுமனே கனவு மட்டும் கண்டு கொண்டிருக்காதீர்கள்; அதை அடையப் புறப்படுங்கள். புயல் கடக்கும் வரை பொறுமையாக இருங்கள் என்று பலர் சொல்வார்கள். ஆனால் அது சரியல்ல; அதிலேயே நடனமாடக் கற்றுக் கொவதுதான் வாழ்க்கை’ என்கிறார்.

1978ஆம் ஆண்டு செப்டம்பர் மாதம் மூன்றாம் தேதி மும்பையில் பிறந்தவர் மௌஷ்மி.

திருமணத்துக்குப் பிறகு மௌஷ்மி மோட்டர் சைக்கிள் ஓட்ட ஆரம்பித்திருக்கிறார். அந்தச் சமயத்தில் அவருக்கு இரண்டு குழந்தைகள் பிறந்திருந்தன. அவருடைய அப்போதைய வயது 35.

இளம் வயதிலேயே இவருக்கு மோட்டார் சைக்கிள் மீது அலாதி மோகம் இருந்தது. ஆனால் இவரது வீட்டார் இவரது வாகனம் ஓட்டும் ஆசைக்குத் தடையாக இருந்திருக்கிறார்கள். ‘பெண்கள் மோட்டார் சைக்கிள் ஓட்டலாகாது’ என்பது குடும்பத்தினர் சொல்லும் பதிலாக இருந்திருக்கிறது. திருமணத்துக்குப் பிறகு, மாமியாரின் ஆசியுடன் பைக் வாங்கும் இவரது ஆசை நிறைவேறியிருக்கிறது. அதை ஓட்டும்போது புதிய சுதந்திர உணர்வைத் தாம் அடைந்ததாக மௌஷ்மி குறிப்பிடுகிறார்.

கடுமையான தசையழிவு நோயால் பாதிக்கப்பட்டிருக்கும் மகனையும் பிரிந்து பயணங்கள் மேற்கொள்வது அவ்வளவு எளிதாக இருக்கவில்லை. இருந்தாலும் தம்முடைய உள்ளுணர்வுக்கு மதிப்பளித்துத் தமக்கு உண்மையிலேயே மகிழ்ச்சி தரும் பைக் பயணத்தை மேற்கொண்டதாகச் சொல்கிறார் மௌஷ்மி.

வேதான்ஷ் என்னும் இவருடைய மூத்த மகனுக்கு, ரிஜிட் ஸ்பின் மஸ்குலர் டிஸ்ட்ரோஃபி என்னும் நோய் பிறவியிலேயே இருந்திருக்கிறது. கழுத்தில் தலை சரியாக நிற்காது; தசைகள் மிகவும் பலவீனமான நிலையில் இருக்கும்; முதுகுத் தண்டுவடமும் ஒரு பக்கமாக வளைந்திருந்தது; அடிக்கடி நிமோனியா காய்ச்சல் வந்துவிடும்; சுவாசிப்பதிலும் சிக்கல் உண்டு. ஆனாலும் மௌஷ்மி மனம் தளர

வில்லை. மகனுக்கு சிகிச்சை அளித்துக் கொண்டே உலகின் பல நாடுகளுக்கும் சுற்றுலா சென்று வருகிறார்.

கணவர் பிரியேஷ் துபாயில் பணிபுரிகிறார். மனுடைய நோயைப் பற்றிய கவலையால் முதலில் மௌஷ்மிக்குப் படபடப்பு, கோபம், சோகம், மன அழுத்தம் முதலியன ஏற்பட்டிருக்கின்றன. உடல் மற்றும் மன அளவில் மிகவும் பாதிக்கப்பட்டார். ஆனால் அவற்றில் இருந்து மெதுவாக வெளிவந்து, தமக்கு விருப்பமான சுற்றுலாவில் தம்மை ஈடுபடுத்தி, மன நிறைவுடன் இருக்கிறார் மௌஷ்மி. தாம் மிகச் சிறந்த தாயாகவும் இருக்கவேண்டும் என்பதில் உறுதியோடு இருக்கிறார்.

இவர் இதுவரை 21 நாடுகளுக்குத் தம்முடைய மகனுடன் சுற்றுலா சென்று வந்திருக்கிறார். 26 மாநிலங்களைச் சுற்றியிருக்கிறார். 15 முறை மோட்டார் சைக்கிளில் மிக நீண்ட பயணங்களை மேற் கொண்டிருக்கிறார். 12 மலையேற்றப் பயணங்களும் செய்திருக் கிறார். அவருக்குப் பிடித்த டென்னிஸ் விளையாட்டில் ஈடுபடு கிறார்; தொடர்ந்து ஜூம்பா நடன வகுப்பிலும் சேர்ந்தார். அது அவருக்குப் பெரும் ஆறுதலைக் கொடுத்தது.

2013ஆம் ஆண்டு, சொந்தமாக மோட்டார் சைக்கிள் ஒன்றை வாங்கினார். தனியே நெடுந்தூரப் பயணங்களை அதில் மேற் கொண்டார். தொழில்முறை புகைப்படக் கலைஞராகவும் ஆனார். நிகழ்ச்சிகளை ஏற்பாடு செய்து கொடுக்கும் நிறுவனம் ஒன்றையும் தொடங்கி நடத்த ஆரம்பித்தார்.

நோயால் பாதிக்கப்பட்டிருக்கும் மகன் வேதான்ஷ் பள்ளிக்கும் செல்ல ஆரம்பித்தார். ஓரளவுக்குத் தமது தேவைகளைப் பூர்த்தி செய்து கொள்ளவும் இப்போது அவரால் முடிகிறது.

மகனது நோயால் மனம் தளந்து விடாமல், ‘வாழ்க்கை வாழ்வ தற்கே’ என்ற நோக்கத்துடன், மிகுந்த உற்சாகத்துடன் ஒவ்வொரு நிமிடத்தையும் அனுபவித்து வாழும் மௌஷ்மி ஒரு நடமாடும் ஆச்சரியம்தான்!

❖

15. ஃபாத்திமா பேகம்
இந்தியாவின் முதல் பெண் இயக்குநர்

பெண்கள் அதிகம் எந்தத் துறையிலும் ஈடுபடாமல் இருந்த 1920களில் திரைப்படத்தையே இயக்குவது என்பது பெண்ணைப் பொருத்தவரை ஓர் இமாலய சாதனைதான். அதுவும் கட்டுப்பாடுகள் மிகுந்த முஸ்லிம் சமூகத்திலிருந்து வந்த பெண் ஒருவர் திரைத் துறையில் கால் பதித்து, இயக்குநராகவும் ஆகியிருக்கிறார் என்பது மிகவும் வியப்புக்குரிய ஒன்றுதான்! இந்தியத் திரைப்படத் துறையில் பெண்கள் நுழைவதற்கு அடித்தளமிட்டவர் என இவரைக் கொண்டாடுகின்றனர்.

1892ஆம் ஆண்டு, உருது மொழி பேசும் முஸ்லிம் குடும்பத்தில் பிறந்தவர் ஃபாத்திமா பேகம். சச்சின் சமஸ்தானத்து நவாப் சிதி இப்ராஹிம் முகமது யாகுத் கான் என்பவரை மணம் புரிந்ததாகச் சொல்லப்படுகிறது.

இவர் நடிகை மற்றும் இயக்குநருமாவார். இந்தியாவின் முதல் பெண் இயக்குநர் என்ற பெருமை இவருக்கு உண்டு. நான்காண்டு களுக்குள் இவர் பல திரைப்படங்களுக்குக் கதை எழுதி, இயக்கித் தயாரித்து வெளியிட்டிருக்கிறார். இவரது திரைப்பட நிறுவனத்துக்கு

முதலில் ஃபாத்திமா ஃபிலிம்ஸ் எனப் பெயரிட்டிருந்தார். பின்னர் அது விக்டோரியா-ஃபாத்திமா ஃபிலிம்ஸ் எனப் பெயர் மாற்றம் செய்யப்பட்டது. இவர் இயக்கிய முதல் திரைப்படத்தின் பெயர் புல்புல்-இ-பரிஸ்தான். வெளிவந்த ஆண்டு 1926.

மௌனப் பட நாயகிகளான சுபைதா, சுல்தானா மற்றும் ஷெஹ்ஜாடி ஆகியோர் இவரது மகள்களாவர்.

ஆரம்பத்தில் குஜராத்தி மற்றும் உருது நாடகங்களில் நடித்துவந்தார். 1922 ஆம் ஆண்டு வெளியான 'வீர அபிமன்யு' படத்தில் முதன் முதலாக நடித்தார்.

ஆண்களே பெண் வேடமிட்டு நடித்து வந்த அந்தக் காலத்தில் ஃபாத்திமா பேகம் என்ற நிஜப் பெண் நடித்தது பெரும் பரபரப்பை ஏற்படுத்தியது.

இவரது திரைப்படங்களில் பல விதமான தந்திரக் காட்சிகளும் இடம்பெற்றன. அவை மக்கள் மத்தியில் பெரும் வரவேற்பினையும் பெற்றன. கோஹினூர் ஸ்டுடியோ மற்றும் இம்பீரியல் ஸ்டுடியோ ஆகியவற்றில் இவர் படங்களைத் தயாரித்தார். அந்தக் காலத்தில் தந்திரக் காட்சிகளை எடுப்பதில் ஜார்ஜ் மெலிஸ் என்ற ஃபிரெஞ்சு இயக்குநர் புகழ்பெற்றிருந்தார். அவரைப் பின்பற்றி ஃபாத்திமா பேகமும் தந்திரக் காட்சிகள் எடுப்பதில் தனி முத்திரை பதித்தார்.

1929ஆம் ஆண்டு வெளியான 'காட்டெஸ் ஆஃப் லவ்' (Goddess of Love) என்ற படம்தான் இவர் இயக்கிய கடைசித் திரைப்படம். லவ், ஹீர் ரஞ்சா, சந்திராவலி, சாகுந்தலா, மிலன் தினார் மற்றும் கனக தாரா போன்ற வெற்றிப் படங்களிலும் நடித்திருக்கிறார். 1930களின் இறுதிவரை அவர் படங்களில் தொடர்ந்து நடித்துக் கொண்டிருந்தார்.

இவர் நடித்த கடைசிப் படம் 1938ஆம் ஆண்டு வெளியானது. படத்தின் பெயர் 'துனியா க்யா ஹை'.

தம்முடைய 91ஆவது வயதில் இவர் காலமானார். 1892 முதல் 1983 வரை வாழ்ந்த இவருக்கு மூன்று வாரிசுகள் உண்டு. இவரது மகள் சுபைதா மௌனப் படங்களில் நடித்ததோடு 1931ஆம் ஆண்டு

வெளியான இந்தியாவின் முதல் பேசும் படமான 'ஆலம் ஆரா'விலும் நடித்திருக்கிறார். இவரது பேத்தி ரியா பிள்ளை மாடலாக இருந்து திரைப்பட நடிகையானவர்.

தம்முடைய சொந்தத் திரைப்பட நிறுவனத்தை ஆரம்பிக்கும் முன் தயாரிப்பாளர்களான ஆர்தேஷிர் ஈரானி மற்றும் நானுபாய் தேசாய் போன்றோருடன் பணியாற்றித் தயாரிப்பு நுணுக்கங்களைக் கற்றுக்கொண்டார்.

இவர் நடித்த 'சேவா சதன்' திரைப்படம் இவருக்கு மிகுந்த புகழைத் தேடிக் கொடுத்தது.

தேசிய விருது மற்றும் ஃபிலிம்ஃபேர் விருதுகளைப் பெற்ற ஹிந்தித் திரைப்படப் பிரபல நடிகை சோனம் கபூர் இவரைப் பற்றிக் குறிப்பிடுகையில், "ஃபாத்திமா பல விதங்களிலும் முன்னோடியாகத் திகழ்ந்திருக்கிறார். ஆணாதிக்கம் நிரம்பிய திரைப்படத் துறையில் பெண்களும் கணிசமான பங்களிப்பைச் செய்ய இவர் முக்கியக் காரணம். சோதனை முறையில் பல புது முயற்சிகளையும் இவர் மேற்கொண்டிருக்கிறார். பெண் என்பதால் என்னுடைய திரை வாழ்க்கையில் எண்ணற்ற தடைக்கற்களை நான் சந்தித்திருக்கிறேன். அப்போதெல்லாம் ஃபாத்திமாவின் செயல்பாடுகளை நினைத்துக் கொள்வேன். அவை எனக்கு நம்பிக்கையையும் உற்சாகத்தையும் அளித்தன.

பெண்கள் நடிகைகளாகவும், திரைக்கதை எழுதுபவர்களாகவும், தயாரிப்பாளர்களாகவும், இயக்குநர்களாகவும் பிரகாசிக்க ஃபாத்திமா பாதை அமைத்துக் கொடுத்திருக்கிறார். அதற்காக நான் அவருக்கு நன்றி சொல்லக் கடமைப்பட்டிருக்கிறேன். சிறந்த பெண்ணியவாதியாக, எதற்கும் அஞ்சாதவராக, சவால்களைத் துணிச்சலுடன் எதிர்கொள்ளும் நபராக, பலருக்கும் வழிகாட்டி யாக இருப்பதால் அவரை மிகவும் மதிக்கிறேன். அவரைப் போல இன்னும் பல பெண்கள் நமக்குத் தேவை" என்கிறார்.

முற்றிலும் உண்மை!

16. பி.வி.சிந்து

அடுத்தடுத்த இரண்டு ஒலிம்பிக் பந்தயங்களில்
பதக்கங்களை வாங்கிய முதல் இந்தியப் பெண்மணி

பி.வி.சிந்துவின் முழுப் பெயர் புசர்லா வெங்கட சிந்து. 1995ஆம் ஆண்டு ஜூலை 5ஆம் தேதி பிறந்தவர். தலைசிறந்த பேட்மின்டன் விளையாட்டு வீரர். ஒலிம்பிக் மற்றும் பேட்மின்டன் வோர்ல்ட் ஃபெடெரேஷன் (BWF) போட்டிகளில் பதக்கங்களை வென்றிருக் கிறார். 2019ஆம் ஆண்டு உலக சாம்பியன்ஷிப் போட்டியில் தங்கப் பதக்கமும் பெற்றிருக்கிறார். இந்தப் பெருமையைப்பெற்ற முதல் மற்றும் ஒரே இந்தியர் இவர் மட்டுமே!

அடுத்தடுத்த ஒலிம்பிக் போட்டிகளில் பதக்கங்களை வென்றவர் என்ற பெருமையும் இவருக்கு உண்டு. ஏப்ரல் 2017 கணக்கின்படி உலகின் தலைசிறந்த இரண்டாவது பேட்மின்டன் வீராங்கனையும் இவரேயாவார்.

2012ஆம் ஆண்டு செப்டம்பர் மாதம், தமது 17 ஆவது வயதில் BWF உலகத்தர வரிசையில் முதல் 20ஆவது இடத்தையும் சிந்து பிடித்திருக் கிறார். BFW சாம்பியன்ஷிப் போட்டிகளில் மொத்தம் 5 பதக்கங் களைக் குவித்திருக்கிறார்.

2016ஆம் ஆண்டு ரியோவில் நடைபெற்ற சம்மர் ஒலிபிக்ஸ் பந்தயங்களில் இந்தியாவின் பிரதிநிதியாகக் கலந்து கொண்டார். ஒலிம்பிக் இறுதிச் சுற்றுக்குத் தேர்வான முதல் இந்திய பேட்மின்டன் வீராங்கனை இவரே! அதில் வெள்ளிப் பதக்கம் வென்றார். அடுத்து 2020ஆம் ஆண்டு டோக்கியோவில் நடைபெற்ற சம்மர் ஒலிம்பிக் போட்டியில் வெண்கலப் பதக்கத்தை வென்றார். இரண்டு ஒலிம்பிக் பந்தயங்களில் பதக்கங்களை வென்ற முதல் இந்தியப் பெண்மணி என்ற பெரும் புகழும் இவருக்கு வந்தது. பல நாடுகளில் நடைபெற்ற காமன்வெல்த் கேம்ஸ், ஏஷியன் கேம்ஸ் போன்ற பல போட்டிகளிலும் சிந்து வெற்றிகளைக் குவித்திருக்கிறார்.

இவரது சாதனைகளுக்காக 8.5 மில்லியன், 5.5 மில்லிய்ன் மற்றும் 7.2 மில்லியன் அமெரிக்க டாலர்களைப் பரிசாகப் பெற்றதன் மூலம் ஃபோர்ப்ஸ் என்ற அமெரிக்க வர்த்தக இதழின் ‘2018ஆம் ஆண்டில் மிக அதிகமாகப் பணம் பெற்ற பெண் விளையாட்டு வீராங்கனை’ பட்டியலிலும் இடம் பிடித்தார்.

இந்தியாவில் அர்ஜுனா விருது, மேஜர் தயான் சந்த் கேல் ரத்னா விருது, பத்ம ஶ்ரீ விருது, பத்ம பூஷண் விருது ஆகியனவும் இவருக்குக் கிடைத்திருக்கின்றன.

இவர் ஹைதராபாத்தைச் சேர்ந்தவர். இந்திய ரயில்வேயில் பணிபுரிந்தவர். தந்தை பி.வி.ரமணா; தாயார் பி.விஜயா. இவரது பெற்றோர் இருவருமே தேசிய அளவிலான வாலிபால் விளையாட்டு வீரர்கள். தந்தை 1986ஆம் ஆண்டு சியோல் ஏஷியன் கேம்ஸில் நடைபெற்ற வாலிபால் போட்டியில் இந்தியக் குழுவுக்காக விளை யாடியவர். அந்தப் போட்டியில் வெண்கலப் பதக்கம் கிடைத்தது. இவருக்கு 2000ஆம் ஆண்டில் அர்ஜுனா விருதும் கிடைத்திருக்கிறது.

சிந்து ஹைதராபாத் ஆக்ஸிலியம் உயர்நிலைப் பள்ளியிலும், பின்னர் செயின்ட் ஆன்ஸ் பெண்கள் கல்லூரியிலும் படித்தார்.

இவருக்கு பேட்மின்டன் மீதிருந்த ஆர்வத்தால் தமது எட்டாவது வயது முதலே அந்த விளையாட்டில் ஆர்வம் காண்பிக்கத் தொடங்கி னார். விளையாட்டின் அடிப்படைகளை மெஹபூப் அலி

என்பவரிடம் கற்றுக் கொண்டார். அதன் பின்னர் புல்லேலா கோபிசந்த் பேட்மின்டன் அகாடமியில் சேர்ந்து பயிற்சி பெற்றார். இந்தப் பயிற்சிக்காக 56 கி.மீ.தொலைவில் இருக்கும் தமது வீட்டில் இருந்து தினசரி வந்து போவார். ஒரு நாள்கூடக் காலதாமதம் செய்ததில்லை!

இந்த அகாடமியில் சேர்ந்த பிறகு சிந்து ஏராளமான பரிசுகளை வாரிக் குவித்தார்.

கொலம்போவில் நடைபெற்ற சப் ஜூனியர் ஏஷியன் பேட்மின்டன் சாம்பியன்ஷிப் போட்டிகளில் 2009 ஆம் ஆண்டு வெண்கலப் பதக்கம் வென்றது குறிப்பிடத் தக்கது. இவர் பெற்ற பரிசுகளின் விவரங்களைப் பதிவிட்டால் பல பக்கங்கள் அதற்கே ஆகும்.

விளம்பரங்களில் தோன்றும்போது நாளொன்றுக்கு 10 மில்லியன் முதல் 12.5 மில்லியன் வரை ஊதியம் பெறுகிறார். ஊதியம் பெறு வதில் இந்தியக் கிரிக்கெட் வீரர் விராட்கோலிக்கு அடுத்த இடம் இவருக்குத்தான்.

2013ஆம் ஆண்டு முதல் பாரத் பெட்ரோலியம் நிறுவனத்தில் துணை விளையாட்டு மேனேஜராகப் பணியாற்றினார்.

ஆந்திரப் பிரதேச அரசால் 2017ஆம் ஆண்டு துணை கலெக்டர் பதவியில் நியமிக்கப்பட்டிருக்கிறார்.

2018ஆம் ஆண்டு காமன்வெல்த் போட்டிகளின் ஆரம்ப தினத்தன்று இந்தியாவின் சார்பில் மூவர்ணக் கொடியேந்தி வழிநடத்தியவர் சிந்து.

இவரது உணவுப் பழக்கம்தான் என்ன?

காலை உணவில் முட்டை, பால் மற்றும் பழங்கள் இடம் பெற்றிருக்கும். பயிற்சி இடைவேளைகளில் உலர்ந்த கொட்டைகள் மற்றும் பழங்கள். கேடொரேட் (Gatorade) என்ற சத்து பானம் இடையிடையே அருந்துவார். தினசரி ஒரு வேளை மட்டுமே அரிசி சாதம். பகல் மற்றும் இரவு உணவின்போது சாதத்துடன், காய்கறிகள் கட்டாயம் இருக்கும். சில சமயம் தீயில் வாட்டப்பட்ட கோழிக்

கறியும் உண்டு. வாழைப்பழம், ப்ரோட்டீன் ஷேக் மற்றும் ஸ்னாக் பார்கள் சாப்பிடுவதுண்டு.

இரு மாதத்துக்கொரு முறை ரத்தப் பரிசோதனை செய்து அதற்கேற்ப உணவுகளில் மாற்றம் செய்யப்படும். ஜங்க் உணவு களும், இனிப்புகளும் மிகவும் பிடிக்கும் என்றாலும் போட்டிகளில் கலந்து கொள்ளப் பயிற்சி எடுக்கும்போது அவை கட்டாயமாகத் தவிர்க்கப்படும். போட்டிக்குத் தயார் செய்யாமலிருக்கும்போதோ அல்லது போட்டி முடிந்து வந்த பிறகோ கேக், ஐஸ்கிரீம், பேக்கரி உணவுகள் போன்றவற்றைச் சாப்பிடுவார். மாதத்துக்கொரு முறை ஹைதராபாதி பிரியாணியை சுவைப்பதுண்டு.

போட்டிகளுக்கு ஒரு மாதம் முன்னரே உடற்பயிற்சி நடைமுறை களும் திட்டமிடப்பட்டு விடும். முதுகு, வயிறு, தோள் மற்றும் முழங்காலுக்கு சிறப்புப் பயிற்சிகள் அளிக்கப்படும். போட்டியன்று, உடலுக்கு அதிகக் களைப்பு ஏற்படாதவண்ணம் 'வார்ம் அப்' பயிற்சிகள் மட்டுமே.

பயிற்சிகளுக்குப் பின்னர் நன்றாக ஓய்வெடுப்பார். இதன் மூலம் இதயத் துடிப்பு சீராகும்; தசைகளில் அதிகரித்திருக்கும் லேக்டிக் அமிலம் குறையும். போதுமான அளவு தண்ணீரும் அருந்துவார்.

அமர்ந்து எழுதல் (200), புஷ் அப்ஸ் (200) யோகா மற்றும் நீச்சல் பயிற்சியும் மேற்கொள்வார். பயிற்சி நேரம் காலை 7 மணி முதல் நண்பகல் 12 மணி வரை; பின்னர் பிற்பகல் 4 மணி முதல் இரவு 7 மணி வரை. 8 மணிக்கு இரவு உணவு. 9 மணிக்கு உறங்கச் செல்லுதல் இவரது வழக்கம்.

17. ஜெயா வெர்மா சின்ஹா

இந்திய ரயில்வேயின் முதல் பெண் தலைமை நிர்வாக அதிகாரி

ஜெயா வெர்மா சின்ஹா என்ற பெண்மணி இந்திய ரயில்வே வாரியத்தின் முதல் பெண் தலைமைச் செயல் அலுவலர் என்ற பெருமையைப் பெற்றிருக்கிறார்.

18.09.2023 அன்று பிறந்த சின்ஹா, 1986ஆம் ஆண்டு பேட்சைச் சேர்ந்தவர். உத்திரப்பிரதேச மாநிலத்திலிருக்கும் ப்ரயாக்ராஜ் என்னுமிடத்தில் உள்ள செயின்ட் மேரிஸ் கான்வென்ட் இன்டர் கல்லூரியில் கல்வி கற்றார். அதன் பின்னர் அலஹாபாத் பல்கலைக் கழகத்தில் பட்டப் படிப்பை முடித்தார்.

மத்திய அரசு தலைமைச் செயலகத்தில் உள்ள அமைச்சரவையின் அப்பாயின்மென்ட்ஸ் கமிட்டி இவருக்கான பதவி உத்தரவை 2023ஆம் ஆண்டு, ஆகஸ்ட் 31 அன்று பிறப்பித்தது. இவரது பணிக் காலம் வரும் அக்டோபரில் முடிவடைய இருந்த நேரத்தில் இவருக்கு புதிய இந்தப் பதவி வழங்கப்பட்டிருக்கிறது.

இந்திய ரயில்வேத் துறையில் மிக அதிகமாக மாத ஊதியம் பெறும் பதவி இது. மாதம் ஒன்றுக்கு சுமார் 2,50,000 ஊதியம் இவருக்குக் கிடைக்கும்.

01.09.2023 தேதியன்று இவர் இந்தப் பொறுப்பை ரயில் பவன் அலுவலகத்தில் ஏற்றிருக்கிறார். ரயில்வேயின் *166* வருடப் பாரம் பரியத்தில் பெண் ஒருவர் இந்த உச்சப் பதவியை எட்டியிருப்பது இதுவே முதல் முறை ஆகும். *31.08.2024* வரை இந்தப் பதவியை இவர் வகிப்பார்.

இந்திய இரயில்வேயில் சரக்குப் போக்குவரத்து மற்றும் பயணிகள் சேவைகளின் ஒட்டுமொத்தப் பொறுப்பு தற்போது சின்ஹா வசம் வந்திருக்கிறது. இதற்கு முன்னர் *4* ஆண்டுகள் ரயில்வே ஆலோசக ராக பங்களாதேஷ் நாட்டுத் தலைநகரான டாக்காவில் இருக்கும் இந்திய ஹை கமிஷனில் பணியாற்றியிருக்கிறார்.

*1988*ஆம் ஆண்டு, இண்டியன் ரயில்வே ட்ராஃபிக் சர்வீசஸ் (IRTS) தேர்வில் வெற்றிபெற்று ரயில்வே துறையில் நுழைந்திருக்கிறார். இந்தத் தேர்வில் மிக நல்ல ரேங்க் எடுத்தும் இந்திய ரயில்வே ட்ராஃபிக் சர்வீஸ் (Indian Railway Traffic Service - IRTS) பிரிவையே சின்ஹா தேர்ந்தெடுத்தார். அப்போது பெண்கள் பலரும் தேர்ந் தெடுக்கத் தயங்கிய துறை இது. பயிற்சி முடிந்ததும் கோட்ட வணிக மேலாளராக வடக்கு ரயில்வேயின் அலஹாபாத் கோட்டத்தில் பணியைத் துவங்கினார்.

35 ஆண்டுக் காலம் ரயில்வே துறையில் திறம்படப் பணியாற்றியவர் இவர். ரயில்வேயின் வணிகம், தகவல் தொழில்நுட்பம், விஜிலன்ஸ் எனப் பல பிரிவுகளிலும் பணியாற்றிய அனுபவம் இவருக்கு உண்டு.

பணியேற்ற பிறகு இவர் வடக்கு ரயில்வே, தென்கிழக்கு ரயில்வே மற்றும் கிழக்கு ரயில்வே ஆகியனவற்றில் பணிபுரிந்திருக்கிறார்.

ரயில்வே தகவல் அமைப்புகளுக்கான மையத்தில் (CRIS) அவர் சிறப்பாகப் பணியாற்றியதற்காகப் பெரிதும் பாராட்டப்பட்டார். அத்தோடு சரக்கு இயக்கத் தகவல் அமைப்புக்கும் அவர் கடுமையாக உழைத்தார்.

ரயில்வே வாரியத்தின் ஆப்பரேஷன்ஸ் மற்றும் பிசினஸ் டெவெலப் மென்ட் பிரிவின் உறுப்பினராக ஃபெப்ரவரி *2023*ல் பணியாற்றி யிருக்கிறார். இதற்கு முன்னர் ட்ராஃபிக் பிரிவின் கூடுதல் உறுப்பின

ராகப் பணியாற்றிய அனுபவமும் இவருக்கு உண்டு. சியால்டா கோட்டத்தின் கோட்ட ரயில்வே மேலாளராகவும் பணியாற்றி யிருக்கிறார்.

தென் கிழக்கு ரயில்வேயின் முதன்மைத் தலைமை ஆப்பரேஷன்ஸ் மேலாளர் என்ற பதவியை வகித்த முதல் பெண்ணும் இவரே ஆவார்.

2023ஆம் ஆண்டு, ஒடிஷாவில் 275 உயிர்களைப் பலிவாங்கிய கோர விபத்தின்போது திறம்பட நிலைமைகளைச் சமாளித்து அனைவரது கவனத்தையும் ஈர்த்தார். சிக்கலான சிக்னல் முறைகளை எல்லோருக்கும் புரியும்வண்ணம் செய்தியாளர்களிடம் இவர் விளக்கியதால் மிகவும் பிரபலமானார்.

2008ஆம் ஆண்டு ஏப்ரல் மாதத்தில் கொல்கத்தாவில் இருந்து டாக்காவுக்கு புகழ்பெற்ற மைத்ரி எக்ஸ்பிரஸ் இயக்கப்பட்டது இவர் காலத்தில்தான்.

இவருக்கு புகைப்படம் எடுக்கும் கலையில் மிகுந்த விருப்பம் உண்டு. விளையாட்டிலும், சமூக, கலாச்சார நிகழ்வுகளிலும் மிகவும் ஆர்வம் கொண்டவர்.

இவரது திறமைக்குக் கிடைத்த அங்கீகாரம் என்பதோடு, பாலின வேறுபாடு இல்லாமல் பெண்களும் மிக உயர் வதவிக்குப் பொதுத் துறைகளில் ஜொலிக்கலாம் என்பதையே இவருக்குக் கிடைத்திருக்கும் உச்சப் பதவி உணர்த்துகிறது.

இவர் பதவியேற்றிருக்கும் காலம் இந்திய ரயில்வே நவீனப்படுத்தப் படும் யுகமாகும். புதிய வழித்தடங்கள் அமைப்பு, ரயில் நிலையங்கள் சீரமைப்பு, வந்தே பாரத் ரயில்களின் இயக்கம் மற்றும் புல்லட் ரயிலுக்கான ஆயத்தப் பணிகள் போன்றன வேகமெடுத்திருக்கும் காலம். இவற்றோடு பயணிகளின் பாதுகாப்பான பயணத்துக்கான முன்னுரிமையும் மிக முக்கியமாகத் தேவைப்படும் காலம் இது. ஜெயா வெர்மா சின்ஹா இதை மிகச் சிறப்பாக எதிர்கொண்டு கையாள்வார் என நம்புவோம். வாழ்த்துவோம்!

❖

18. வல்லாரி சந்திராகர்
விவசாயியாக மாறிய கல்லூரிப் பேராசிரியர்

உங்கள் வாரிசு என்னவாக வேண்டும் என்று எந்தப் பெற்றோரை யும் கேட்டுப் பாருங்கள். மருத்துவராகவோ, பொறியாளராகவோ அல்லது இதுபோன்ற கண்ணுக்குப் பிரகாசமான துறைகளிலோ ஜொலிக்க வேண்டும் என்றுதான் பதில் சொல்வார்கள். ஆனால் யாரும் தப்பித் தவறிக்கூட என் பிள்ளை விவசாயியாக வேண்டும் என்று சொல்ல மாட்டார்கள்.

ஆனல் எம்.டெக். பட்டப் படிப்பைப் படித்து, துணைப் பேராசிரிய ராக பணியாற்றிய ஒரு பெண், அந்தப் பதவியைத் துறந்து, முழு நேர விவசாயி ஆகியிருக்கிறார் என்றால் ஆச்சரியமாகத்தானே இருக்கும்! அவர்தான் வல்லாரி சந்திராகர் என்ற 27 வயதுப் பெண். சத்தீஸ்கர் மாநிலத்தைச் சேர்ந்தவர்.

2012ஆம் ஆண்டில், கணிப்பொறி அறிவியலில் எம்.டெக். பட்டம் பெற்றவர் இவர். இவரது படிப்புக்கு ஏற்ப ராய்ப்பூரில் துர்கா கல்லூரியில் துணைப் பேராசிரியர் பணியும் கிடைத்தது.

விடுமுறை நாட்களில் கிராமத்துக்கு வரும் வல்லாரி, அங்குள்ள விவசாயிகள் இன்னும் பழைய காலத்து விவசாய முறைகளையே

பின்பற்றி வருவதைக் கவனித்தார். அதனால்தான் போதிய வருமானம் அவர்களுக்குக் கிடைப்பதில்லை என்பதையும் உணர்ந் தார். விவசாயிகளிடம் நவீனத் தொழிநுட்பங்கள் பற்றிய விஷய ஞானம் ஏதும் இல்லை என்பதையும் நவீன முறைகளுக்கு அவர்கள மாறத் தயாரில்லை என்பதையும் கண்டறிந்தார்.

இவற்றையெல்லாம் மாற்றத் தாமே விவசாயியாவது என்று முடிவெடுத்தார். வேறு எந்தப் பணியையும் விட விவசாயமே மேன்மையானது என்பது அவரது கருத்து. விவசாயத்தின் மீதுள்ள நாட்டத்தால் பக்பாஹா மாவட்டதில் உள்ள தமது 27 ஏக்கர் நிலப் பரப்பில் 2016 ஆம் ஆண்டு முதல் விவசாயம் செய்ய ஆரம்பித்தார்.

இவரது தந்தை ராய்ப்பூர் வானிலை ஆய்வு மையத்தில் பொறியாள ராகப் பணியாற்றுகிறார். அவருக்குப் பண்ணை வீடு ஒன்றை உருவாக்க வேண்டும் என்று ஆசை இருந்தது. அதற்காகத்தான் அந்த நிலத்தை அவர் வாங்கியிருந்தார். அந்த நிலத்தையே வல்லாரி விவசாயம் செய்யப் பயன்படுத்திக் கொண்டார்.

இவரது குடும்பத்தில் அதுவரை யாரும் விவசாயத்தில் ஈடுபட்ட தில்லை. ஆரம்ப காலகட்டங்களில், விவசாய நுட்பங்கள் மற்றும் விளைச்சலை சந்தைப்படுத்துவது போன்றன இவருக்குச் சற்றுச் சிரமமாகவே இருந்திருக்கின்றன.

கடின உழைப்பும் இடைவிடாத அர்ப்பணியும் விவசாயத்துக்குத் தேவை என்றாலும் அது தரும் மன நிறைவு வேறு எந்தப் பணியிலும் முழுமையாகக் கிடைக்காது என்பது இவரது கருத்து. புதிய தொழில்நுட்பங்கள் விவசாயத்திலும் வந்துவிட்டதால் விவசாயம் முன்னைப்போலக் கடுமையானதாக இல்லை; எளிதாக மாறி வருகிறது என்றும் இவர் சொல்கிறார்.

நவீனத் தொழில்நுட்பங்களைப் புகுத்தியதால், தரமான காய்கறி விளைச்சல் இவருக்கு சாத்தியமானது. பச்சை மிளகாய், பாகற்காய், வெள்ளரி போன்ற காய்கறிகள் அதிகம் பயிராகின்றன. இவரது நிலத்தில் விளைந்த காய்கறிகள் இந்தூர், பெங்களூரு, நாக்பூர் டெல்லி போன்ற நகரங்களில் சிறப்பாக விற்பனையாகின்றன. துபாய், இஸ்ரேல் போன்ற அயல் நாடுகளுக்கும் ஏற்றுமதியா கின்றன.

விவசாயத்தில் புதிய நுட்பங்களைப் புகுத்துவதில் இவருக்கு ஆர்வம் அதிகம். விவசாயிகளுடனான சிறப்பான தகவல் பரிமாற்றங் களுக்கென உள்ளூர் மொழியினையும் இவர் கற்றுக் கொண்டிருக் கிறார்.

விவசாயிகளுக்கும், புதிதாக விவசாயத்தில் ஈடுபடுபவர்களுக்கும் மேன்மையான தொழில்நுட்பங்கள் மற்றும் நவீன வேளாண் கருவிகளைப் பற்றிய பயிற்சி வகுப்புக்களையும் இவர் எடுக்கிறார். பல விவசாயிகளுக்கும் தம்முடைய கிராமத்தில் வேலைவாய்ப்புக் களை இவர் உருவாக்கித் தந்திருக்கிறார். விற்பனை செய்யப்படும் காய்கறிகளின் தரம் மிகவும் முக்கியம் என இவர் வலியுறுத்துகிறார்.

இவரது பணிகளுக்கு இவர் செலவிடும் நேரமும் அலாதியானது. தமது விவசாயப் பணிகள் அனைத்தையும் மாலை 5 மணிக்குள் நிறைவேற்றி விடுவார். பின்னர் கிராமத்து மாணவிகள் 40 பேருக்கு ஆங்கிலம் மற்றும் கணிப்பொறி அறிவியல் பாடங்களை இலவச மாகக் கற்றுக் கொடுக்கிறார்.

சக விவசாயிகளின் சமூக, பொருளாதார மேம்பாட்டுக்கும் உழைக்கிறார். இவரது வெற்றியால் ஈர்க்கப்பட்ட அக்கம் பக்கத்து கிராம மக்களும் இவரது ஆலோசனைகளைப் பின்பற்ற ஆவலுடன் முன்வருகின்றனர். தம்முடைய அனுபவ அறிவைக் கிராமத்துக் குழந்தைகளுடன் பகிர்ந்து கொண்டு அவர்களது தகவல்தொடர்பு ஆற்றல்களையும் வளர்த்து வருகிறார்.

தற்போது அவருக்கு 7 உதவியாளர்கள் இருக்கின்றனர். அவர்கள் வல்லாரியின் எண்ணங்கள் நிறைவேற உறுதுணையாய் இருக் கிறார்கள். ஆரம்பத்தில் இவரது முயற்சிகளுக்கு வரவேற்பு இருக்க வில்லை. 'படித்த முட்டாள்' எனப் பட்டப் பெயரிட்டு இவரை அக்கம்பக்கத்தவர் அழைத்தனர். அதையெல்லாம் வல்லாரி பொருட்படுத்தவேயில்லை.

முதலில் இவரை ஏளனம் செய்தவர்களே வியப்புடன் பார்க் கிறார்கள். இவரது வளர்ச்சியை மனமார வாழ்த்துகிறார்கள். நாமும் வாழ்த்துவோம். வாழ்க வல்லாரி!

19. சூலமங்கலம் சகோதரிகள்

இன்னிசை பாடிய இசையரசிகள்

ஒவ்வோர் ஆண்டும் திருச்செந்தூரில் கந்த சஷ்டி அன்று அலை கடலெனத் திரண்டிருக்கும் பக்தர்கள் மத்தியில், 'சூர சம்ஹாரம்' வெகு விமரிசையாக நடைபெறும். பட்டி தொட்டியெல்லாம் கந்த சஷ்டிக்கவசம் முழங்கும்.

'துதிப்போர்க்கு வல்வினை போம், துன்பம் போம், செஞ்சிற் பதிப் போர்க்கு செல்வம் பலித்துக் கதித்து ஓங்கும்' எனத் தொடங்கும், 'கந்த சஷ்டிக் கவசம்' பாடிய சூலமங்கலம் சகோதரிகள் இப்போது நம் நினைவுக்கு வருவார்கள்.

முருகரின் புகழ்பாடும் கந்த சஷ்டிக் கவசத்தைப் பாடும் அந்த இரு பெண்களின் குரல் இனிமையை ரசிக்காதவர்களே இருக்க முடியாது. தஞ்சாவூர் மாவட்டத்தில், அய்யம்பேட்டைக்கு அருகே இருக்கும் சூலமங்கலம்தான் அவர்கள் இருவரின் சொந்த ஊர். அக்கா ஜெயலட்சுமி மற்றும் தங்கை ராஜலட்சுமி ஆகிய இருவரை யும் 'சூலங்கலம் சகோதரிகள்' என்பார்கள்.

1950களில் கர்நாடக இசையை இருவராகப் பாடும் பாணியின் முன்னோடிகள் என இவர்களைச் சொல்லலாம்.

இந்த சங்கீத சகோதரிகள், தேசப்பற்று மிக்க பாடல்கள் மற்றும் பக்திப் பாடல்கள் பலவற்றையும் பாடியிருக்கின்றனர். கிட்டத்தட்ட முப்பது ஆண்டுகளுக்கும் மேலாகக் கடுமையான இசைச் சாதகத்தை மேற்கொண்டிருந்த இவர்கள் பல திரைப்படங்களிலும் பாடியிருக் கின்றனர்.

இவர்களது தந்தையார் கர்ணம் ராமஸ்வாமி அய்யர்; தாயார் ஜானகி அம்மாள். சூலமங்கலம் கே.ஜி.மூர்த்தி, பத்தமடை எஸ்.கிருஷ்ணன் மற்றும் மாயவரம் வேணுகோபாலைய்யர் ஆகியோரிடமிருந்து சூலமங்கலம் சகோதரிகள் இசைப் பயிற்சி பெற்றனர்.

மொத்தம் மூன்று சகோதரிகள் மற்றும் ஒரு சகோதரன் கொண்டது இவர்களது குடும்பம். ஜெயலட்சுமிதான் மூத்தவர். ராஜலட்சுமி மற்றும் சரஸ்வதி ஆகியோர் சகோதரிகள். சகோதரர் பெயர் சேதுராமன்.

அவர்கள் நால்வருக்குமே கர்னாடக இசையின் மீது சிறு வயதி லேயே பேரார்வம் இருந்தது. ஏதாவது ஒரு பாடலை ராஜலட்சுமி ஒரு முறை கேட்டாலே போதும் சிறு பிழைகூட இல்லாமல் அதைத் திரும்பத் துல்லியமாகப் பாடும் ஆற்றல் உடையவராக இருந்தார்.

திடீரென இவர்கள் தந்தை இறந்துவிட, நிராதரவாக இருந்த இவர் களது குடுபத்தை இவர்களது மாமா ஸ்வாமிநாதன் சென்னைக்கு அழைத்து வந்து, இசைப் பயிற்சி தொடர உதவியிருக்கிறார். அங்கே தான் பத்தமடை கிருஷ்ணனிடம் கடுமையான சங்கீதப் பயிற்சியை இவர்கள் மேற்கொண்டிருக்கின்றனர்.

குடும்பத்தின் பொருளாதாரத்துக்காக சூலமங்கலம் சகோதரிகள் சபாக்களிலும், கோவில் திருவிழாக்களிலும் ஆரம்ப காலத்தில் பாடி வந்திருக்கின்றனர். அந்தக் காலகட்டம் இவர்களுக்கு சவால் நிரம்பிய ஒன்றாகவே அமைந்தது. ஜெயலட்சுமிக்கு ஆல் இண்டியா ரேடியோவில் பாட வாய்ப்புக் கிடைத்திருக்கிறது.

கண்காட்சி ஒன்றில் பாடும் வாய்ப்பும் வந்தது. ராஜலட்சுமியும் ஜெயலட்சுமியும் அந்த நிகழ்ச்சியில் பாடியிருக்கின்றர். அந்தக் கச்சேரியைக் கேட்ட தியாகராஜ பாகவதரும், என்.எஸ்.கிருஷ்ணனும்

சகோதரிகளின் இசையில் மிகவும் ஈர்க்கப்பட்டார்கள். அதைத் தொடர்ந்து பாகவதரும், பி.யூ.சின்னப்பாவும் சில கீர்த்தனைகளைப் பாடச் சொல்லிக் கேட்டிருக்கின்றனர்.

சகோதரிகள் பாடும்போது அவர்களும் சேர்ந்து பாட ஆரம்பித்து விட்டனர். அவர்கள் மூலம் சூலமங்கலம் சகோதரி களுக்கு திரைப்படங்களில் பாட அதிக அளவு வாய்ப்பும் அங்கீகாரமும் கிடைத்தது.

ஜெயலட்சுமி திரைப்படங்களில் சில பாடல்கள் மட்டுமே பாடி யிருக்கிறார். அவற்றிலும் பல ராஜலட்சுமியுடன் இணைந்து பாடி யனதாம். ஆனால் ராஜலட்சுமி தனியே பல பாடல்களையும் திரைப்படங்களில் பாடியிருக்கிறார்.

அவரது குரல் இளமை நிரம்பியது; மென்மையான உணர்வுகளை மீட்டக்கூடியது; தெளிவான உச்சரிப்பையுடைது. இவர் சொந்தமாக இசையமைத்தும் பாடல்களைப் பாடியிருக்கிறார்.

1950களில் தனிப் பாடல்கள் பலவற்றையும் இவர் பாடியிருந்தாலும், 1960களில் ஒன்றுக்கு மேற்பட்ட பெண் குரல்கள் இருக்கும் பாடல் களிலேயே அதிகமாகப் பாடியிருக்கிறார். இவரது பல பாடல் களுக்கும் இசையமைத்தவர் கே.வி.மஹாதேவன்.

டி.எம்.சௌந்தர்ராஜனுடன் இவர் பாடிய டுயட் பாடல்கள் காலத் தால் அழியாதன. சீர்காழி கோவிந்தராஜன், பி.பி.ஸ்ரீனிவாஸ், பாலமுரளி கிருஷ்ணா, ஏ.எல்.ராகவன், கே.ஜே.யேசுதாஸ் போன்றோருடன் பல பாடல்கலையும் பாடியிருக்கிறார்.

தம்முடைய சகோதரியான ஜெயலட்சுமி, பி.லீலா, பி.சுசீலா, எல்.ஆர்.ஈஸ்வரி, ராதா ஜெயலட்சுமி, எம்.எல்.வஸந்தகுமாரி, ஜமுனா ராணி, எஸ்.ஜானகி, ஸ்வர்ணலதா, ஜிக்கி போன்ற பாடகிகளுடனும் சேர்ந்து இவர் பாடிய பாடல்கள் ஏராளம்.

இந்த சங்கீத சகோதரிகள் சொந்தக் குரலில் பாடும் திறமையுள்ள நடிகர்களான எம்.கே.தியாகராஜ பாகவதர், வி.நாகையா, டி.ஆர்.மஹாலிங்கம், ஜே.பி.சந்திரபாபு மற்றும் கே.ஆர்.ராமசாமி ஆகியோருடனும் சேர்ந்து பாடியிருக்கிறார்கள்.

கொஞ்சும் சலங்கை படத்தில் எஸ்.எம்.சுப்பைய நாயுடுவுக்கு உதவியாளராக ராஜலட்சுமி பணியாற்றியிருக்கிறார். 'சூலமங்கலம் சகோதரிகள்' என்ற பெயரில் படங்களுக்கு இசையமைத்தும் இருக்கிறார்கள். தங்களின் இதர பக்திப் பாடல்கள் பலவற்றுக்கும் தாங்களே இசையமைத்தும் சாதனை புரிந்திருக்கிறார்கள்.

1992ஆம் ஆண்டு மார்ச் மாதம் 1ஆம் தேதி ராஜலட்சுமி மாரடைப்பால் இறந்தார். அப்போது அவருக்கு வயது 51. அவரது மறைவால் ஜெயலட்சுமி கடுமையாக பாதிக்கப்பட்டார். அத்துடன் ஜெயலட்சுமி பாடுவதை நிறுத்தி விட்டார். 25 ஆண்டுகள் கழித்து, தமது 80ஆவது வயதில் சென்னையில் உள்ள தமது இல்லத்தில் 2017ஆம் ஆண்டு, ஜூன் மாதம் 29ஆம் தேதி அவர் காலமானார்.

சூலமங்கலம் சகோதரிகளுக்கு முருக கானாமிர்தம், குயில் இசைத் திலகம், இசையரசி, நாதக் கனல் ஆகிய பட்டங்களும், 1992 ஆம் ஆண்டு, தமிழ்நாடு இயல் இசை நாடக மன்றத்தால் 'கலைமாமணி விருது' ஆகியனவும் கிடைத்திருக்கின்றன.

20. சாரா லக்கானி
பிளாஸ்டிக் கழிவுகளில் இருந்து ஆடைகள் தயாரிப்பவர்

நெகிழி எனப்படும் பிளாஸ்டிக்கின் கண்டுபிடிப்பு ஒரு காலத்தில் வரம் எனக் கொண்டாடப்பட்டது. காலக்கிரமத்தில் அதுவே பூமிக்கான சாபம் என்ற நிலை உருவாகிவிட்டது. வீணாகக் கொட்டப்படும் பிளாஸ்டிக் கழிவுகள் லேசில் அழிவதில்லை. பூமிக்குள் நீர் ஊடுருவும் தன்மையைக் குறைக்கின்றன.

வனங்களில் வீசப்படும் பிளாஸ்டிக் கழிவுகளை உட்கொள்ளும் வன விலங்குகள் பரிதாபமாக உயிரிழக்கின்றன. நீர் வாழ் உயிரினங்களுக்கு ஆபத்தை ஏற்படுத்துகின்றன. எரிக்கும்போது இவை வெளியிடும் நச்சுப்புகை பல வித வியாதிகளையும் கொடுத்து விடுகின்றன. உணவுச் சங்கிலியை பாதிக்கின்றன. சுற்றுச்சூழல் சீர்கேட்டுக்கு முக்கியமான காரணங்களாக அமைகின்றன. இப்படிச் சொல்லிக் கொண்டே போகலாம் பிளாஸ்டிக்கின் தீமைகளை.

அதே சமயம் பிளாஸ்டிக் நமது அன்றாட வாழ்வில் தவிர்க்க முடியாத ஓர் அங்கமாகவும் மாறிப் போய்விட்டிருக்கிறது. என்னதான் தீர்வு?

'இது குப்பையல்ல; பொக்கிஷம்' என்று பிளாஸ்டிக்கை மறு சுழற்சிக்கு ஆளாக்கி, பயனுள்ள பொருட்களாக மாற்றும்

வித்தையைச் செய்து வருகிறார் சாரா லக்கானி என்ற 22 வயதுப் பெண். யார் இந்த சாரா லக்கானி?

22 வயதே நிரம்பிய இவர் மஹாராஷ்ட்ரா மாநிலத்தில் கான்பூருக்கு அருகில் உள்ள காட்சிரோலி என்ற ஊரைச் சேர்ந்தவர். பிரச்னை ஒன்றையே தீர்வாக மாற்றியிருக்கிறார் இவர்.

பிளாஸ்டிக்குகளைக் கொண்டு ஆடைகளை வடிவமைத்து, ஆரோக்கியமான புரட்சி ஒன்றை அமைதியாகச் செய்து வருகிறார். ஒரு முறையே பயன்படுத்தப்பட்டு வீசப்படும் பிளாஸ்டிக்குகள்தான் இவரின் முக்கிய இலக்கு.

இயற்கையழகு கொஞ்சும் மஹாராஷ்ட்ரா மாநிலத்தில் வளர்ந்த அவர், பிளாஸ்டிக்கால் விளையும் தீமைகளை நன்குணர்ந்தவராக இருந்தார். இவரது தந்தையார் ஃபார்மசி தொழிலில் இருந்தார். ஏராளமான பிளாஸ்டிக் கழிவுகளை அவர் தொடர்ந்து தீயிட்டுக் கொளுத்துவது வழக்கம். இதை அடிக்கடி பார்த்த சாராவுக்கு, தீமை தரும் இந்த பிளாஸ்டிக்கை எப்படியாவது பயனுள்ள பொருளாக மாற்றவேண்டும் என்ற எண்ணம் தீவிரமானது. பிளாஸ்டிக்கை மறுசுழற்சி செய்யும் பணியில் இறங்கினார்.

ஆரம்பத்தில் இந்த முயற்சியில் இவருக்கு பல சவால்கள் இருந்தன. பேர்ல் அகாடமியில் அவர் பயின்றபோது இறுதியாண்டு பிராஜக்ட் ஒர்க்குக்காக பிளாஸ்டிக்குகளை மறுசுழற்சி செய்வதை எடுத்துக் கொண்டார். தமது படைப்பாற்றல் திறனையும், சூழல் பாதுகாப் புணர்வையும் கலந்து இந்த முயற்சிகளை அவர் மேற்கொண்டார்.

லாக்மே நிறுவனம் ஃபேஷன் டிசைனிங் கவுசில் ஆஃப் இந்தியா வுடன் இணைந்து நடத்திய நிகழ்ச்சிதான் லாக்மே ஃபேஷன் வீக் (The Lakmé Fashion Week). இதில் உலகளாவிய ஆடை வடிவமைப்புப் பயிற்சியகங்களில் இருந்து மாணவ மாணவியர் குவிந்திருந்தனர். இந்த நிகழ்ச்சியில் பிளாஸ்டிக்கை மறுசுழற்சி செய்து, இவர் நெய்த ஆடைகளைப் பார்த்த பார்வையாளர்கள் அசந்து விட்டனர். சாராவின் தொலைநோக்குப் பார்வை பலராலும் பாராட்டப் பட்டது.

இவரது இந்த முயற்சிக்கு, ‘குப்பை அல்லது பொக்கிஷம்’ (Trash or Treasure) என்று பெயரிட்டிருக்கிறார்.

முதற்கட்டமாக 200 பாலிதீன் பைகளை இழைகளாக மாற்றி அவற்றை நுணுக்கமான காந்தா எம்பிராய்டரி ஆடைகளாக நெய்தார்.

சாரா தற்போது மஃப்டி என்னும் பிரபலமான ஆடைத் தயாரிப்பு நிறுவனத்தில் இளநிலை வடிவமைப்பாளராகப் பணியாற்றுகிறார். இங்கே தமது படைப்பாற்றலை அதிகமாக வளர்த்துக்கொள்வதிலும் ஈடுபடுகிறார். எம்பிராய்டரி தொழிலில் விற்பன்னர்களாக இருப்பவர்களுடன் அறிமுகத்தை ஏற்படுத்திக் கொண்டு, பல நுணுக்கங்களையும் கற்று வருகிறார்.

ஆரம்ப கட்டத்தில் எம்பிராய்டரித் தொழில் இருக்கும் பலரையும் இவர் தொழில் ஆலோசனைகளுக்காக அணுகியிருக்கிறார். ஆனால் யாரும் ஆதரவளிக்கவில்லை.

‘அது மிக நீண்ட செயல்பாடுகளை உள்ளடக்கியது. ஆள் பலமும் தேவைப்பட்டது. எளிதில் கிடைக்கும் நூல் வகைகளைக் கொண்டே அப்போது எம்பிராய்டரித் தொழில் செய்பவர்கள் பணி செய்து வந்தனர். பிளாஸ்டிக்கை இழைகளாக்கி, அதன் பின்னர் அதில் எம்பிராய்டரி வேலைகள் செய்வதில் பலருக்கும் தயக்கம் இருந்தது’ என்கிறார் சாரா.

பிளாஸ்டிகை மறுசுழற்சி செய்யும் மும்பை, குஜராத் மற்றும் ராஜஸ்தானைச் சேர்ந்த வர்த்தகர்கள் பலருடனும் தொடர்புகளை ஏற்படுத்திக் கொண்டு அவர்களிடமிருந்து பெரிய அளவில் பிளாஸ்டிக் கழிவுகளைப் பெற்று, ஆடைகளாக மாற்றிக் கொண்டிருக்கிறார் சாரா லக்கானி.

இவர் தயாரிக்கும் ஆடைகள் பெரும்பாலும் சுரிதாரின் துப்பட்டாக்கள், காற்சட்டைகள் போலப் பெண்கள் அன்றாடம் உபயோகிக்க ஏற்றனவாக இருக்கின்றன. எல்லோராலும், எந்தச் சமயத்திலும் எந்த இடத்திலும் அணிவதற்கு உரியன அவை.

இவரது லட்சியம், தமக்குச் சொந்தமாக நிறுவனம் ஒன்றை ஏற்படுத்துவதுதான். இதன் மூலம் தமது புதிய படைப்புக்களை மக்களிடம் கொண்டு செல்ல வேண்டும் என்ற முனைப்புடன் இருக்கிறார்.

மக்களிடம் பிளாஸ்டிக் தொடர்பான விழிப்புணர்வை ஏற்படுத்தி, சுற்றுச் சூழலுக்கு ஏற்ற வகையில் அவற்றை மறுசுழற்சி செய்வதைக் கற்றுக் கொடுக்க வேண்டும் என்பதும் இவரது விருப்பம்.

உங்கள் முயற்சிக்கு வாழ்த்துக்கள் சாரா லக்கானி!

21. ஜெய் பாரதி

கிராமப்புறப் பெண்களுக்கு இலவசமாக வாகனங்களை ஓட்டும் பயிற்சியளிப்பவர்

பெரும்பாலான வாகன ஓட்டிகள் ஆண்களாகவே இருப்பதைப் பார்க்கலாம். குறிப்பாக வாடகை வாகன ஓட்டுநர்களில் அநேகர் ஆண்களே. வாகனம் மூலம் வீட்டில் இருந்து சொந்த வேலைகளுக்கோ அல்லது அலுவலகம் மற்றும் மருத்துவமனை செல்வதற்கோகூடப் பல இல்லத்தரசிகள் தமது வீட்டு ஆண்களின் துணையையே நம்ப வேண்டியிருக்கிறது.

பல பெண்களுக்குச் சாலைகளில் வாகனங்களை இயக்குவதற்கூட ஒருவித அச்சம் கலந்த தயக்கம் இருப்பதென்னவோ உண்மை.

இந்த நிலையை மாற்றி, பெண்களும் ஆண்களுக்கு இணையாக வாகன ஓட்டுநர்களாகத் திகழவேண்டும் என்ற ஆர்வம் ஹைதராபாத்தைச் சேர்ந்த ஜெய் பாரதி என்ற பெண்ணுக்கு ஏற்பட்டது. அதன் விளைவாக அவர் உருவாக்கிய அமைப்புதான் மோவோ (MOWO - Moving Women).

ஜெய் பாரதி ஒரு கட்டிட வடிவமைப்புக் கலைஞராகத்தான் தமது வாழ்க்கையை ஆரம்பித்தார். இவரது 16ஆவது வயதில் மொபெட்

ஒன்றை ஓட்டக் கற்றுக் கொண்டார். கல்லூரி நாட்களில் மோட்டர் சைக்கிள் ஓட்டுவதிலும் தேர்ச்சியடைந்தார்.

அப்போதெல்லாம் மோட்டார் வாகனங்களை இயக்கப் பிறருக்குச் சொல்லிக்கொடுப்பதே தமது பிற்கால லட்சியம் ஆகப் போகிறது என்பது அவருக்குத் தெரிந்திருக்கவில்லை என்கிறார் ஜெய் பாரதி.

2013ஆம் ஆண்டிலிருந்து இவர் சாலை வழிப் பயணங்கள் மூலம் மேற்கொண்ட தூரம் ஒரு லட்சம் கிலோ மீட்டர்களுக்கும் மேலிருக்கும். கன்யாகுமரி முதல் காஷ்மீர் வரை இவரது மோட்டார் சைக்கிளிலேயே பயணம் செய்திருக்கிறார். 2018ஆம் ஆண்டில், குழுவாகச் சில பெண்களைச் சேர்த்துக் கொண்டார்.

இந்தியா, மியான்மர், தாய்லாந்து, லாவோஸ், கம்போடியா மற்றும் வியட்நாம் ஆகிய நாடுகளுக்கு மோட்டார் சைக்கிளிலேயே இந்தக் குழு பயணம் மேற்கொண்டது. இவர்கள் பயணம் செய்தது சுமார் 17,000 கி.மீ.தூரம்!

56 நாட்கள் கொண்ட இந்தப் பயணத்தில் தங்களது சொந்த வீடு, ஊர், வசதிகள் ஆகியனவற்றைத் துறந்து, பல வகையான புவியியல் அமைப்புக்களைக் கொண்ட பகுதிகளிலும் இவர்கள் சுற்றினர். முன் அனுபவம் ஏதும் இல்லாதிருந்தபோதும் மன உறுதியோடு, கரடு முரடான சாலைகள் மற்றும் கடுமையான தட்ப வெப்பம் ஆகியன வற்றையும் எதிர்கொண்டு சமாளித்தனர்.

அங்கெல்லாம் பல விதமான வாகனங்களையும் பெண்கள் அனாயசியமாக இயக்குவதைப் பார்த்தார் ஜெய் பாரதி. அந்தப் பெண் ஓட்டுநர்களுக்கெல்லாம் 40 முதல் 50க்குள் வயதிருக்கும். மகிழ்ச்சியாக அவர்கள் தொழிலைச் செய்து, கைநிறையச் சம்பாதிப் பதையும் பார்த்தார்.

இந்தியா திரும்பியதும் இங்கேயும் அதுபோன்றதொரு சாதகமான சூழலைப் பெண்களுக்கு ஏற்படுத்த வேண்டும் என உறுதி பூண்டார்.

ஆனால் பெண்களுக்கு வாகனங்களை முறையாக இயக்கக் கற்றுக் கொடுக்கப் போதுமான பயிற்சி நிலையங்கள் இங்கே இல்லை

யென்பதை உணர்ந்தார். குடும்ப அங்கத்தினர்களுக்கும் தங்கள் வீட்டுப் பெண்களுக்கு வாகனம் ஓட்டக் கற்றுக் கொடுப்பதில் அவ்வளவாக ஆர்வம் இல்லையென்பதையும் அறிந்தார். ஒரு சமூக, கலாச்சார இடைவெளி அங்கே நிலவுவதைக் கண்டார்.

“எனக்கு நன்கு வாகனங்களை ஓட்டத் தெரியும் என்பதால் சாலைகளில் பயணிக்கும் தன்னம்பிக்கையும் சுதந்திர உணர்வும் இருந்தது. நாம் ஏன் இதை மற்ற பெண்களுக்கும் கற்றுக் கொடுக்கக் கூடாது, ஏன் அவர்களுக்கு வேலைவாய்ப்பும் அதிகாரமும் அளிக்கும் வகையில் சிறந்த ஓட்டுநர்களாக்கும் பயிற்சியை அளிக்கக் கூடாது என்ற எண்ணம் எனக்கு மேலோங்கியது. நான்கு சுவர் களுக்குள் அடைபட்டுக் கிடக்கும் அலுவலக வேலையைவிட, இது அவர்களுக்கு இன்னும் கொஞ்சம் அதிக மகிழ்ச்சியை அளிக்கும் என நான் நம்பினேன்” என்கிறார் ஜெய் பாரதி.

அதன் விளைவாகத்தான் 2019ஆம் ஆண்டில், மேலே குறிப்பிட்ட மோவோ (MOWO) அமைப்பை உருவாக்கினார்.

லாப நோக்கம் இல்லாத சுய உதவிக் குழுக்களுடன் கைகோர்த்தார். மோட்டார் வாகன உற்பத்தியாளர்களின் உதவியையும் நாடினார். தமது சொந்தப் பணம் ரூ.5 லட்சத்தை முதலீடு செய்து, தெலங்கானா அரசின் மகளிர் மற்றும் குழந்தைகள் நலத் துறையால் நிறுவப்பட்ட 1 ஏக்கர் நிலத்தில் பயிற்சிப் பள்ளியைத் தொடங்கினார். இலவச மாகப் பெண்களுக்கு வாகனங்கள் ஓட்டக் கற்றுக் கொடுக்க ஆரம்பித்தார்.

அந்தப் பயிற்சி நிறுவனம் எப்படிச் செயல்படுகிறதாம்?

‘நாங்கள் மூன்று குறிக்கோள்களைக் கொண்டிருக்கிறோம். முதலில் பெண்களுக்கு விழிப்புணர்ச்சியை ஏற்படுத்துகிறோம்; அடுத்து அவர் களுக்கு உரிய மோட்டார் வாகனப் பயிற்சியை அளிக்கிறோம்; இறுதியாக அவர்களும் சமுதாயத்தில் சுதந்திரமாகப் பொருளீட்ட வழிவகை செய்கிறோம்’ என்கிறார் ஜெய் பாரதி. முற்றிலும் பெண் பயிற்றுநர்களே பயிற்சியளிக்கிறார்கள் என்பது குறிப்பிடத்தக்கது.

'ஆரம்பத்தில் பயிற்சிக்கு வரும் பெண்கள் வாகனங்களை ஓட்டுவதற்கு மிகவும் பயப்பட்டார்கள். அவர்களது அச்சத்தைப் போக்குவதுதான் எங்களின் மிகப் பெரிய சவாலாக இருந்தது' என்கிறார் பாரதி. இவரிடம் பயிற்சி பெற்ற பெண்கள் 15 முதல் 20 நாட்களுக்குள்ளாகவே திறமையாக வாகனங்களை ஓட்டக் கற்றுக்கொண்டு விடுகின்றனராம்.

இதுவரை சுமார் 3,000 பெண்களுக்கு ஜெய் பாரதி பயிற்சி அளிக்க ஏற்பாடு செய்திருக்கிறார். அவர்களில் பெரும்பான்மையானோர் மிகவும் சொற்ப வருவாய் ஈட்டும் குடும்பத்தைச் சேர்ந்தவர்களும், கூலித் தொழிலாளிகளும், துப்புரவுப் பணி செய்பவர்களுமே ஆவர்.

பயிற்சிபெற்ற பல பெண்களுக்கும் ஈடிஓ மோட்டார்ஸ், ப்ளூடார்ட் மற்றும் ஊபர் போன்று நிறுவனங்களில் வேலையும் வாங்கிக் கொடுத்திருக்கிறார். பலர் சொந்தமாக ஆட்டோ ரிக்ஷா வாங்கி, அதை ஓட்டி, கணிசமான வருவாய் ஈட்டுகின்றனர்.

2030ஆம் ஆண்டுக்குள் ஒரு லட்சம் பெண்களுக்கு வாகனங்களை ஓட்டப் பயிற்சியளித்து விடுவதே தமது லட்சியம் எனச் சுழன்று செயல்பட்டு வருகிறார் தற்போது 41 வயதாகும் ஜெய் பாரதி.

22. வில்லுப்பாட்டு மாதவி
வில்லுப்பாட்டு நிகழ்ச்சியில் வெற்றி முத்திரை பதிப்பவர்

வில்லுப்பாட்டு என்பது ஓர் அபூர்வமான கிராமியக் கலை. இதில் கைதேர்ந்த விற்பன்னர்கள் மிகச் சிலரே இருக்கின்றனர். அழிந்து வரும் இந்தக் கலைக்குப் புத்துயிர் ஊட்டிப் பல ஊர்களிலும் தொடர்ந்து வில்லுப்பாட்டு நிகழ்ச்சிகளை வெற்றிகரமாக நடத்தி வருபவர் பத்தொன்பதே வயது நிரம்பிய மாதவி. தென்காசிக்கு அருகில் இருக்கும் அச்சங்குன்றம் என்ற சிற்றூர்தான் மாதவியின் சொந்த ஊர்.

இவரது தந்தை மாரிசெல்வம் கொத்தனார் வேலை செய்பவர். தாயார் பீடி சுற்றும் தொழிலாளி. இவருடன் உடன்பிறந்தோர் இரு சகோதரிகள் மற்றும் ஒரு சகோதரன். மிகவும் ஏழ்மையான குடும்பச் சூழல் இவருடையது.

மாதவி என்பதை விட, 'வில்லுப்பாட்டு மாதவி' என்றால் ஊரார் உடனே இவரை அடையாளம் காண்பிக்கிறார்கள். வலை தளங்களில் இவர் பற்றிய செய்திகள்தான் இப்போதைய வைரல் செய்திகளாக வலம் வருகின்றன.

இவரது அசாத்தியத் திறமையும், வில்லுப்பாட்டு மூலம் இவர் சொல்லும் கதைகளும், கதைகளின் ஊடாக விரவி நிற்கும் நற் கருத்துக்களும் இளைஞர்களுக்கு வில்லுப்பாட்டின்மீது தனியொரு ஈர்ப்பை ஏற்படுத்திவருகிறது.

வில்லுப்பாட்டுக் கலையை வில்லிசைக் கலை என்றும் சொல் கிறார்கள். பெரும்பாலும் கோவில் திருவிழாக்களுடன் தொடர் புள்ளதாகவே இது பார்க்கப்பட்டு வந்திருக்கிறது. கால மாற்றத்தின் காரணமாகப் பொது விழாக்களிலும், தலைவர்களது பிறந்தநாள் விழாக்களிலும், அரசு நலத்திட்ட விளக்கக் கூட்டங்களிலும், சமூக விழிப்புணர்வு நிகழ்சிகளிலும் பரவலாக ஆங்காங்காங்கே வில்லுப் பாட்டு நிகழ்ச்சிகள் நடைபெற்றுக் கொண்டுதான் இருக்கின்றன.

பரம்பரைக் கலைதான் இது என்றாலும் மாதவியைப் பொருத்த வரை அவரது குடும்பத்தில் வில்லுப்பாட்டுக் கலைஞர்களோ பாடகர்களோ எவரும் இல்லை என்பது குறிப்பிடத்தக்கது. இவர் தான் குடும்பத்தின் முதல் வில்லுப்பாட்டுக் கலைஞர்.

பழங்கதைகள், கடவுளர்களின் அவதாரக் கதைகள், இலக்கியக் குறிப்புகள் போன்றனவற்றை உரிய விகிதத்தில் குழைத்து, வில்லைத் தட்டிக்கொண்டே மாதவி நிகழ்ச்சிகளை நடத்தும்போது கேட்டுக் கொண்டிருக்கும் கூட்டம் மெய் மறந்து போகிறது. வில்லிசையுடன் பிற இசைக் கலைஞர்கள் தாள கதியோடு உடுக்கை, தவில் போன்ற கருவிகளையும் இசைத்து மெருகூட்டுகின்றனர்.

நான்காண்டுகளுக்கு முன்னர்தான் முதன் முதலில் வில்லுப்பாட்டு நிகழ்ச்சியை ஆரம்பித்திருக்கிறார் மாதவி.

இவருக்கு இதில் ஆர்வம் பிறந்தது எப்படி?

மிக இளம் வயதில் இவரது பாட்டியின் ஊரான ரெட்டியார் பட்டியில் கோவில் திருவிழாக்களில் வில்லிசை நிகழ்ச்சியைப் பார்த்தபோதிருந்து தாமும் ஒரு வில்லிசை விற்பன்னராக வேண்டும் என்ற ஆசை இவருக்கு ஏற்பட்டிருக்கிறது. வீட்டு அங்கத்தினர்கள் இவரது ஆர்வத்துக்குத் தடைபோடவில்லை: மாறாக ஊக்கு வித்திருக்கின்றனர்.

அப்போது மாதவி பள்ளியில் ஒன்பதாம் வகுப்புப் படித்துக் கொண்டிருந்தார். வில்லிசை மீது இருந்த நாட்டம் பள்ளியில் இல்லை. பள்ளிக்கூடத்துக்குச் செல்லாமல் வில்லிசையிலேயே பயிற்சி மேற்கொண்டிருக்கிறார். இதில் ஓரளவு புகழ் கிடைத்து விட்டதால் தமது கல்வியை மேற்கொண்டு தொடருவதிலும் மாதவிக்கு ஆசை பிறந்திருக்கிறது.

இவரது முதல் அனுபவம் எப்படி இருந்ததாம்?

இவருக்கான முதல் வில்லிசை மேடையை இவரது சொந்த ஊரே அமைத்துக் கொடுத்திருக்கிறது. சொந்த ஊரில் இருக்கும் முத்தாரம்மன் கோவிலில்தான் இவரது முதல் வில்லுப்பாடு நிகழ்ச்சி அரங்கேறியிருக்கிறது.

ஆரம்பத்தில் உள்ளூரில் லேசான எதிர்ப்புக் கிளம்பியிருக்கிறது. பெண் பிள்ளை ஒருவர் மேடையேறி, வில்லை மீட்டிக் குரலெடுத்துப் பாடுவதைப் பழமை வாதம் மிக்க சிலரால் ஆரம்பத்தில் ஏற்றுக் கொள்ள முடியவில்லை.

ஆனால் திறமைக்கு அங்கீகாரம் கிடைத்தே தீருமல்லவா? காலக்கிரமத்தில் எதிர்ப்புத் தெரிவித்தவர்களும் மாதவியின் வில்லுப்பாட்டுத் திறமையை ஆதரிக்கத் தொடங்கி விட்டார்கள். பின்னர் மாதவிக்கு ஏறுமுகம்தான். இதுவரை கிட்டத்தட்ட 300க்கும் அதிகமான வில்லிசை நிகழ்ச்சிகளை வெற்றிகரமாக மேடையேற்றி, கிராமியக் கலையின் புத்தம் புதிய அடையாள மாகவே மாறிப்போயிருக்கிறார் மாதவி.

ஆரம்பத்தில் எல்லோருக்கும் இருக்கும் மேடைக் கூச்சம் இவருக்கும் இருந்திருக்கிறது. ஆனால் அதை அனாயசியமாகக் கடந்து விட்டார். சில நிகழ்வுகளின்போது பார்வையாளர்களாய் இருக்கும் பெண்கள் சிலருக்கு இவரது உக்கிரமான துள்ளல் இசைப் பாட்டால் அருள் வந்திருக்கிறதாம்!

இவரது நிகழ்ச்சியின்போது மலர் மாலைகளுக்கிடையே பண மாலைகளும் விழுந்திருக்கின்றனவாம். பொன்னாடைகள் போர்த்துவதோடு, பல ஊர்களில் பெண்கள் புதுப்புடவைகள்

எடுத்து அன்பளிப்பாகக் கொடுத்தும் தங்கள் அபிமானத்தைத் தெரிவித்திருக்கிறார்கள்.

நிகழ்ச்சி நடக்கும்போது விரும்பத்தகாத சம்பவங்கள் ஏதேனும்…?

மனம் ஒன்றி வில்லிசை நடத்திக்கொண்டிருக்கும்போது கூட்டத்தில் சிலர் விசில் அடிப்பது, தேவையற்ற கமென்ட்கள் சொல்வது, கிண்டலடிப்பது போன்றனவற்றைச் செய்யும்போது இடையூறாக இருக்கும். ஆனால் அதையெல்லாம் மனதில் இருத்தாமல் வில்லுப்பாட்டிலேயே தமது முழுக் கவனத்தையும் செலுத்தி விடுவதாகச் சொல்கிறார் மாதவி.

தமக்கும் தமது குழுவினருக்கும் தக்க சன்மானம் கிடைக்காமல் போவதுடன் பாதுகாப்பான தங்கும் இடம், முறையான கழிப்பறை வசதிகள் மற்றும் தரமான உணவு ஆகியனவும் சில இடங்களில் சரியாக அமைவதில்லை என்பதும் மாதவியின் ஆதங்கம்.

தம்மைப் போலவே பலரும் தாமாக முன்வந்து, பாரம்பரியம் மிக்க இந்தக் கலை பட்டுப்போகாமல் பாதுகாக்க வேண்டும் என்பது மாதவியின் வேண்டுகோள்.

'இது தமிழுக்குச் செய்யும் தொண்டு; இறைவனுக்குச் செய்யும் தொண்டு; இசைக்குச் செய்யும் தொண்டு; நமது பண்பாட்டுக்குச் செய்யும் தொண்டு' என்கிறார் மாதவி.

தமது வெற்றிக்கான சில சூட்சுமங்களை மாதவி பட்டியலிடுகிறார்: 'முதலில் குரலெடுத்துப் பாட அடிப்படை இசைப் பயிற்சி தேவை. கோவில் நிகழ்ச்சிகள் என்றால் அந்தக் கோவிலின் தல புராணம், ஊர் வரலாறு போன்றனவற்றையும் தெரிந்து கொள்ள வேண்டும். இடையிடையே நகைச்சுவையாகவும் பேச வேண்டும். தெளிவான உச்சரிப்பு, வட்டார வழக்கு பற்றிய அறிவு ஆகியனவும் தேவை. மக்களின் மன நிலை தெரிந்து இசையையும் கதையையும் இணைத்து சுவைபடச் சொல்லத் தெரிந்திருக்க வேண்டும். சமூகத்துக்குத் தேவையான நல்ல கருத்துக்களையும் குழைத்துக் கொடுக்க வேண்டும்.'

வி.கே.புதூர் இசக்கி புலவர், வல்லம் மாரியம்மாள் மற்றும் கடையநல்லூர் கணபதி புலவர் ஆகியோர் இவருக்கு வில்லுப் பாட்டுப் பயிற்சியளித்தவர்கள்.

இவரது நிகழ்ச்சிகள் அனைத்துக்கும் பக்கபலமாக உடனிருந்து ஊக்கம் அளிப்பது அவரது தந்தையார்தான் எனப் பூரிப்புடன் சொல்கிறார் மாதவி.

'நமது முன்னோரிடம் இருந்து நமது அடுத்த தலைமுறைக்கு வில்லுப் பாட்டுக் கலையைக் கடத்தும் சக்தியாகப் பல இளைஞர்கள் இருக்க வேண்டும் என்பதுதான் என் ஆசை' என்கிறார் மாதவி.

அவர் சொல்வது சரிதானே!

23. லஹரி பாய்

சிறுதானிய ராணி

வரகு, சாமை, தினை, குதிரைவாலி, கம்பு, கேழ்வரகு, சோளம் போன்ற உருவத்தில் சிறியதாக இருக்கும் தானிய வகைகளைப் பொதுவாகச் சிறுதானியங்கள் என்போம். இவை பண்டைத் தமிழர் வாழ்வில் முக்கியமான உணவுகளாக் இருந்திருக்கின்றன என்பதைச் சங்க இலக்கியங்கள் மூலம் அறியலாம்.

யுனெஸ்கோ அமைப்பு, 2023ஆம் ஆண்டைச் சிறு தானிய சர்வதேச ஆண்டாக அறிவித்திருக்கிறது. சிறு தானிய உணவுகளின் பக்கம் மக்கள் பார்வையைத் திருப்பியிருக்கும் வேளை இது. உடல் ஆரோக்கியத்துக்கும், வலிமைக்கும், நோய் எதிர்ப்பு சக்திக்கும் மருத்துவர்கள் பலரும் சிறு தானிய உணவுகளைச் சிபாரிசு செய்து வருகின்றனர்.

நெல்லுக்குத் தேவைப்படும் நீரில் மூன்றில் ஒரு பங்கே இவற்றின் வளர்ச்சிக்குப் போதும். வறட்சியைத் தாங்கக் கூடியன. இவற்றுக் கான உரத் தேவையும் மிகக் குறைவு. நோய்த் தாக்குதலுக்கான எதிர்ப்பு சக்தி அதிகமாக உடையன. உடலுக்குத் தேவையான சத்துக்கள் பலவும் நிரம்பியன.

இவை ரத்தத்தில் இருக்கும் கெட்ட கொழுப்பைக் குறைக்கும் ஆற்றல் பெற்றன ஆகும். எனவே இதய நோய்கள் வரும் சாத்தியங் களையும் குறைக்கும். நீரிழிவு நோயாளிகளுக்கும் ஏற்ற உணவாக வும் பயன்படும். நார்ச்சத்து மிகுந்தன என்பதால் எளிதில் செரிமான மாகக் கூடியன. உடல்நலத்துக்குத் தேவையான பல அமினோ அமிலங்களும் சிறுதானியங்களில் உள்ளன. கூடுதல் எடையுடை வர்களின் எடைக் குறைப்புக்கு உகந்ததும் சிறுதானியங்களே!

மத்தியப் பிரதேச மாநிலத்தில் உள்ள திண்டோரி பகுதியைச் சேர்ந்த சில்புடி என்ற கிராமத்தைச் சேர்ந்த 27 வயது நிரம்பிய லஹரி பாய் என்னும் ஆதிவாசிப் பெண், 150க்கும் மேற்பட்ட சிறு தானிய வித்துக்களைப் பாதுகாத்து, ‘சிறு தானியங்களின் ராணி’ என்ற பெருமையைப் பெற்றிருக்கிறார்.

பைகா என்ற பழங்குடி இனத்தைச் சேர்ந்தவர் இவர். உழவு செய்து தானியங்களை விதைப்பதில் உடன்பாடு இல்லாதவர்கள் பைகா இன மக்கள். தங்களுக்குத் தாயாய் விளங்கும் பூமியைக் காயப் படுத்துவதைப் போன்ற செயல் அது என நம்புகின்றனர். அவர்கள் ஷிஃப்டிங் கல்டிவேஷன் என்னும் உழவில்லா விவசாயத்தைப் பின்பற்றுபவர்கள்.

தொலைக்காட்சி நேர்காணல் ஒன்றில், ‘மறைந்து வருகின்ற சிறு தானியங்களைப் பாதுகாக்க நாங்கள் முடிவெடுத்தோம். விவசாயி களுக்கு விதைகளைக் கொடுத்தோம். அறுவடைக்குப் பிறகு அவர் களிடம் இருந்து நாங்கள் விதைகளைத் திரும்பப் பெற்றோம். இப்போது எங்கள் கைவசம் வெவ்வேறு இனத்தைச் சேர்ந்த பல வகையான சிறுதானிய வகைகள் இருக்கின்றன’ என்கிறார் லஹரி பாய்.

விவசாய நுணுக்கங்களை இவர் தமது பாட்டியிடமிருந்து கற்றுக் கொண்டிருக்கிறார். தம்முடைய நிலத்தில் அரிய வகை சிறுதானியங் களை விளைவித்து, அவற்றின் விதைகளை விவசாயிகளுக்கு விநியோகம் செய்வது லஹரியின் வழக்கம். கடந்த பத்தாண்டுகளாக இந்தப் பணியை இவர் செய்து வருகிறார். சுற்று வட்டாரத்தில் இருக்கும் 64 கிராமங்களுக்கு இலவசமாக சிறுதானிய விதைகளை அளித்தும் வருகிறார்.

இவருக்கு சிறுதானியப் பாதுகாப்பில் இருக்கும் ஆர்வத்தை உணர்ந்த கிராமத் தலைவர், இந்தியன் கவுன்ஸில் ஆஃப் அக்ரிகல்சுரல் ரிசர்ச் (ICAR- Indian Council of Agricultural Research ICAR) அமைப்பின் ஓர் அங்கமாக ஜோத்பூரில் இயங்கும் விவேகானந்தா பார்வதிய க்ருஷி அனுசந்தன் சன்ஸ்தான் என்ற நிறுவனத்தின் மூலம் லஹரிக்கு உதவித் தொகை வழங்குவதற்காக சிபாரிசு செய்தார்.

இரண்டே அறைகள் கொண்டதுதான் லஹரியின் வீடு. அவருக்குச் சொந்தமான சுமார் மூன்று ஏக்கர் நிலத்தில்தான் இவர் சிறுதானியங் களை விளைவிக்கிறார். அழிந்து போகக்கூடிய நிலையில் இருந்த பல இனங்கள் இதனால் பாதுகாக்கப்பட்டிருக்கின்றன. இதுவரை இவரது மாவட்டத்தில் இருக்கும் 25 கிராமங்களில் வசிக்கும் 350 விவசாயிகளுக்கு இவர் விதைகளைக் கொடுத்திருக்கிறார்.

சுருக்கமாகச் சொன்னால் லஹரி சிறுதானிய வங்கி ஒன்றையே நடத்தி வருகிறார் எனச் சொல்லலாம்.

'ஸாவா சால்ஹர் சங்கதி பீஜ் பண்டார் சமிதி சிலிபிடி' என்ற கூட்டுறவு நிறுவனத்தின் செயலாளராகவும் லஹரி பணிபுரிகிறார். இந்த நிறுவனத்தின் மூலம் ஆண்டுதோறும் பல்வேறு சிறுதானிய விதைகளை விவசாயிகளுக்குக் கொடுத்து வருகிறார்.

'இவரது முயற்சி பலருக்கும் உத்வேகத்தை அளிக்கும்' என இந்தியப் பிரதமர் மோடி அவர்கள் பாராட்டி இருக்கிறார்.

லஹரியின் வீட்டின் ஓர் அறையின் கூரையில் தானியங்களை உலர வைக்கிறார். களிமண் தாழிகளில் விதைகளை இட்டு அவற்றின் பெயர்களைத் தாழிகளில் எழுதி வைத்திருக்கிறார். இவர் ஒரு கிலோ விதைகளை விவசாயிகளுக்குக் கொடுத்தால் அவர்கள் ஒன்றரைக் கிலோவாக அறுவடைக்குப் பிறகு இவருக்குத் திருப்பித் தர வேண்டும்.

இவரது செயல்பாட்டால் உத்வேகம் அடைந்த 40 பெண்களும் இந்த நடைமுறையைப் பின்பற்றுகின்றனர்.

வெற்றிகரமான சிறுதானிய விநியோகத்தால் உந்தப்பட்ட இவர் தற்போது பயறு வகைகள், எண்ணெய் வித்துக்கள் மற்றும் காய்கறிகளையும் உற்பத்தி செய்து வினியோகிக்கிறார்.

இந்தோரில் நடைபெற்ற 'ஜி20 அக்ரிகல்சுரல் க்ரூப் மீட்டிங்' நிகழ்வின்போது சுமார் 100 பிரதிநிதிகளுடன் இவர் கலந்துரை யாடியது குறிப்பிடத்தக்கது.

லஹர் என்ற வார்த்தைக்கு 'அலை' என்று அர்த்தமாம். ஆம்... மக்கள் மனதில் சிறுதானிய விழிப்புணர்வு அலைகளை ஏற்படுத்திவரும் இந்தப் பழங்குடி இனப் பெண்ணுக்கு 'லஹரி' என்ற பெயர் மிகப் பொருத்தமான ஒன்றுதான்!

24. தில்லையாடி வள்ளியம்மை
இந்தியாவின் புனித மகள்

இந்தக் காலப் பதினாறு வயதுப் பெண் குழந்தைகள் படிப்பதோடு, தங்களது பெரும்பாலான நேரங்களில் செல்போனில் பேசிக் கொண்டும், நண்பர்களுடன் அரட்டையடித்துக் கொண்டும், சினிமா போன்றவற்றில் ஆர்வம் காண்பிப்பவர்களாகவும் இருப்பதைப் பார்க்கலாம். ஆனால் இந்தியா விடுதலை பெறுவதற்கு முன்பு, தமது 13 ஆவது வயதில் இருந்தே வெள்ளையரை எதிர்த்துப் போரிட்டு, 16 வயதில் இறந்துபோன வீரத் தமிழச்சி ஒருவரும் இருந்திருக்கிறார். அவர்தான் தில்லையாடி வள்ளியம்மை!

தில்லையாடி என்ற ஊர், தற்போதைய மயிலாடுதுறை மாவட்டத்தில் இருக்கும் ஒரு சிற்றூர்.

இந்த ஊர்தான் தில்லையாடி வள்ளியம்மையின் பெற்றோரின் ஊர். தந்தையார் பெயர் முனுசாமி; தாயார் மங்களத்தம்மாள். இந்தத் தம்பதி நெசவுத் தொழிலைச் செய்து வந்தனர்.

ஆங்கிலேயர் இந்தியாவை ஆண்டுவந்த காலகட்டத்தில் தங்கள் சொந்த ஊரை விட்டு நீங்கி, சிறு தொழில் செய்யத் தென்னாப்

பிரிக்காவுக்குப் புலம்பெயர்ந்தனர் முனுசாமி தம்பதியினர். ஜோஹன்னஸ்பர்க் நகரில் குடியேறினார்கள். அங்கே 1898ஆம் ஆண்டு பிப்ரவரி 22 ஆம் தேதி பிறந்த தில்லையாடி வள்ளியம்மை, ஆரம்பக் கல்வியை அங்கிருக்கும் காலனி ஆதிக்கத்துகுட்பட்ட பள்ளியிலேயே கற்றார்.

சிறு வயது முதலே தம்மைச் சுற்றி நடக்கும் நிகழ்வுகளைக் கூர்ந்து கவனிக்கும் வழக்கம் இவருக்கு இருந்து வந்திருக்கிறது. அப்போதைய ஆங்கில அரசு, தென்னாப்பிரிக்காவில் பல கடுமை யான சட்டங்களை இயற்றிக் கொடுமைப்படுத்தியது. அதிகமான வரிகள் விதிக்கப்பட்டன; தேவாலயங்களில் நடக்கும் திருமணங்கள் மட்டுமே சட்டபூர்வமாகச் செல்லுபடியாகும் என்பன போன்ற கொடுமையான சட்டங்களை வெள்ளையர் இயற்றினர்.

அப்போது தென்னாப்பிரிக்காவில் காந்தி அடிகள் வழக்கறிஞராகப் பணியாற்றிவந்தார். அங்கே நிலவும் ஆங்கிலேயரின் அடக்குமுறை களுக்கு எதிராகப் போராட்டங்களை நடத்தினார். அண்ணலின் செய்லபாடுகளால் ஈர்க்கப்பட்ட தில்லையாடி வள்ளியம்மையும் போராட்டங்களில் ஈடுபட்டார்.

ஒரு சமயம் போராட்டக்காரர்களை விரட்டும் பணியில் இருந்த ஆங்கிலேய அதிகாரி, கூடியிருந்த போராட்டக்காரர்களைப் பார்த்து, ‘துப்பாக்கியால் சுட்டுவிடுவேன்’ என மிரட்டினான்.

துளிகூட அஞ்சாத தில்லையாடி வள்ளியம்மை முன்னால் வந்து, ‘முதலில் என்னைச் சுடு பார்க்கலாம்’ என்றிருக்கிறார்.

இதே போல இன்னொரு சம்பவத்தையும் தில்லையாடி வள்ளி யம்மையின் வீரத்துக்கு உதாரணமாகச் சொல்லலாம். ஆங்கில அதிகாரி ஒருவன், ‘சொந்த நாட்டுக் கொடிகூட இல்லாத கூலிகள் நீங்கள்’ என இந்தியரைப் பார்த்துக் கேலி செய்தபோது, தன் ஆடையின் ஒரு பகுதியைக் கிழித்து அவன் மேல் விட்டெறிந்து, ‘இதோ! இதுதான் எங்கள் கொடி’ என முழங்கியிருக்கிறார்.

ஆங்கிலேயரின் அடக்குமுறைகளுக்கு எதிராக ஜோஹன்னஸ்பர்க்கி லிருந்து நியூ கேஸில் வரை காந்தியடிகள் மேற்கொண்ட நடைப்

பயணத்தில் கலந்து கொண்ட 15 வயதே நிரம்பிய தில்லையாடி வள்ளியம்மை, உறுதிமொழித் தாளை வாசித்தார். 'வெள்ளை ஏகாதிபத்தியத்தின் விலங்கொடிப்போம் வாருங்கள்' என்ற வீர முழக்கத்துடன் அந்த நடைப்பயணம் தொடங்கியது.

தில்லையாடி வள்ளியம்மையின் போராட்டச் செயல்களால் வெகுண்ட அரசு, 1913ஆம் ஆண்டு டிசம்பர் மாதம் அவரைக் கைது செய்து சிறையில் அடைத்தது. மூன்று மாதம் சிறை தண்டனையும் அளிக்கப்பட்டது. அபராதத்தைக் கட்டிவிட்டு விடுதலையாகலாம் என்ற வாய்ப்பிருந்தும், அதை மறுத்தார் தில்லையாடி வள்ளியம்மை. மாறாக, சிறை வாழ்வை இன்முகத்துடன் ஏற்றார். அப்போது இவருடைய வயது வெறும் பதினாறு மட்டுமே!

சிறையில் கடுமையான வேலைகளைத் தில்லையாடி வள்ளியம்மை செய்ய நேர்ந்தது; முறையான தூக்கம் இல்லை; அரைகுறை உணவு தான் அளிக்கப்பட்டது. சிறைச் சூழலும் இவருக்கு உடல்நலக் குறைவை ஏற்படுத்தியது. ஆங்கிலேய அரசு அடிபணிந்தது. இந்தியர் களுக்கு விதிக்கப்பட்ட தலைவரி நீக்கப்பட்ட பின்பே தம் விடுதலையை ஏற்று வெளியே வந்தார் வள்ளியம்மை. சிறையில் இருந்து வெளியான பின்னர் அவர் பத்து நாட்கள்தான் உயிர் வாழ்ந்தார். 1914ஆம் ஆண்டு, தமது பிறந்த தினமான பிப்ரவரி 22ஆம் தேதியன்று காலமானார்.

தில்லையாடி வள்ளியம்மையுடைய மரணம் காந்தியடிகளுக்கு மிகுந்த அதிர்ச்சியையும் வேதனையும் அளித்தது. தில்லையாடி வள்ளியம்மை 'இந்தியாவின் புனித மகள்' எனப் புகழாரம் சூட்டி னார்.

'பலன் ஏதும் கருதாமல் தென்னாப்பிரிக்காவில் தியாகம் செய்து வெற்றி கண்ட தில்லையாடி வள்ளியம்மைதான் எனக்கு முதன் முதலில் விடுதலை உணர்வை ஊட்டிய பெருமைக்குரியவர்' என்று ஒரு சமயம் மஹாத்மா காந்தியடிகள் குறிப்பிட்டிருக்கிறார்.

வள்ளியம்மையின் பிறந்த ஊருக்குச் சென்றபோது அந்த மண்ணை எடுத்துத் தமது கண்ணில் ஒற்றிக் கொண்டார் மகாத்மா.

தில்லையாடி வள்ளியம்மையின் போராட்டத்தையும், வீரத்தையும், மன உறுதியையும் போற்றும் விதமாக மயிலாடுதுறை மாவட்டம், தில்லையாடியில் வள்ளியம்மைக்கு மணிமண்டபம் ஒன்று தமிழக அரசால் ஏற்படுத்தப்பட்டிருக்கிறது. இந்த இடத்தைத் தேர்ந்தெடுத்ததற்குக் காரணம் ஒன்றும் இருக்கிறது. 01.05.1915 அன்று தில்லையாடிக்கு வந்த காந்தியடிகள் அமர்ந்து, பொது மக்களிடம் உரையாடிய இடம்தான் அது.

அவர் அமர்ந்த இடத்தில் காந்தி நினைவுத் தூண் ஒன்றும் அதற்கு எதிரில் வள்ளியம்மைக்கு அமைக்கப்பட்டிருக்கும் மணிமண்டபமும் தில்லையாடி வள்ளியம்மையின் வீரத்தைப் பறைசாற்றிக் கொண்டிருக்கின்றன. வள்ளியம்மையின் சிலை ஒன்றும் முன் மண்டபத்தில் அமைந்திருக்கிறது.

சென்னையில் கைத்தறி நெசவாளர்கள் சங்கம் இருக்கும் விற்பனை மையத்துக்கு, ‘தில்லையாடி வள்ளியம்மை மாளிகை’ என்ற பெயரிடப்பட்டிருக்கிறது.

1997ஆம் ஆண்டு, ஜோஹன்னஸ்பர்க்கில் இருக்கும் தில்லையாடி வள்ளியம்மையுடைய கல்லறையை நெல்ஸன் மண்டேலா புதுப்பித்திருக்கிறார். விழாவும் ஒன்றும் நடைபெற்றது.

இந்திய அஞ்சல் துறை, தில்லையாடி வள்ளியம்மையுடைய புகைப் படத்துடன் கூடிய அஞ்சல் தலையை வெளியிட்டிருக்கிறது.

2015-ம் ஆண்டு, நாகப்பட்டினத்தில் தில்லையாடி வள்ளியம்மை நூற்றாண்டு நினைவு விழா கொண்டாடப்பட்டது. அவரது நினைவாக ஒரு பொது நூலகமும் உள்ளது.

❖

25. கீர்த்தி கோவிந்தசாமி
கதை சொல்வதற்காக தேசியப் படைப்பாளி விருது பெற்ற பெண்

மத்திய அரசு பல துறைகளிலும் சாதனை புரிந்தவர்களுக்கு விருதுகள் அளிப்பது வழக்கம்தான். அண்மையில் 'தேசியப் படைப்பாளி விருது' என்ற விருது ஒன்றினை அறிவித்திருக்கிறது.

சர்வதேச அளவில் நமது நாட்டின் வலிமையையும், பண்பாட்டையும் பரப்புவதற்கு உதவியவர்கள், சமூக மாற்றம், கல்வி, சுற்றுச் சூழல், வேளாண் மற்றும் சமூக வலைதளங்களில் ஆக்கபூர்வமாக விளங்கிய படைப்பாளிகளுக்கு 20 பிரிவுகளில் 'தேசியப் படைப்பாளி விருது' (National creator awards 2024) அளிக்கப்பட்டது.

இதில், 'சிறந்த கதை சொல்லும் பிரிவில்' பிரதமர் மோடி அவர்களால் விருது பெற்றிருக்கிறார் தமிழ்நாட்டைச் சேர்ந்த கீர்த்தி கோவிந்த சாமி. 'என்னது கதை சொல்லி விருதா?' என்றுதானே ஆச்சரியப்படு கிறீர்கள்? ஆம், இந்திய வரலாறு பற்றிய பல தவறான கற்பிதங் களைப் போக்கி, உண்மையான வரலாற்றைத் தமது யூட்யூப் மூலம் பிரபலப்படுத்தியதற்குத்தான் கீர்த்தி கோவிந்தசாமி இந்த விருதைப் பெற்றிருக்கிறார். கீர்த்தி உட்பட 23 பேருக்கு இந்த விருது வெவ்வேறு பிரிவுகளில் கிடைத்திருக்கிறது.

விருதினைப் பெறும்போது பிரதமர் காலில் விழுந்து இவர் வணங்க, பிரதமரும் இவரை அவ்விதமே வணங்கியது இணையத்தில் வைரலாகியிருக்கிறது.

இந்த விருது அவ்வளவு எளிதில் கீர்த்திக்குக் கிடைத்து விடவில்லை. பல நிலைகளிலும் விதிக்கப்பட்ட கடுமையான தரக்கட்டுப்பாடு களைத் தாண்டியே இந்தச் சாதனையைக் கீர்த்தி நிகழ்த்தியிருக் கிறார்.

இந்த விருதுக்காகப் பரிந்துரைக்கப்பட்டவர்கள் மொத்தம் ஒன்றரை லட்சம் பேர். இவர்கள் பற்றி இணையத்தில் கருத்துக் கணிப்பு ஒன்று நடைபெற்றது. அதில் சுமார் 10 லட்சம் பேர் கலந்து கொண்டனர். அவர்களில் 200 நபர்கள் பரிந்துரைக்கப்பட்டனர். அந்த 200 பேரி லிருந்து தேர்ந்தெடுக்கப்பட்ட 23 பேர்களில் கீர்த்தி கோவிந்த சாமியும் ஒருவர்.

விருது வழங்கும் விழா, 08.03.2024 அன்று டெல்லியில் இருக்கும் பாரத் மண்டபம் கன்வென்ஷன் சென்டரில் நடைபெற்றது.

கீர்த்தி கோவிந்தசாமி எளிய குடும்பத்துப் பின்னணியில் இருந்து வந்தவர். தற்போது நாடறிந்த வரலாற்று யூட்யூபராக ஜொலித்தாலும் பள்ளிப் படிப்பில் சுமாரானவராகத்தான் இருந்திருக்கிறார்.

இவர் சரித்திரப் பட்டதாரி. இந்தியாவின் உண்மையான வரலாற்றை மக்களுக்கு எடுத்துரைப்பதே தமது லட்சியம் என்று சொல்கிறார்.

சென்னையைச் சேர்ந்தவராக இருந்தாலும் தற்போது கீர்த்தி வசிப்பது உத்தரப் பிரதேசத்தில் உள்ள லக்னோவில்.

இவரது இணைய தளத்துக்கும், இன்ஸ்டாகிராம் பக்கத்துக்கும் 'கீர்த்தி ஹிஸ்டரி' என்று பெயர். இவற்றில் வரலாறு மற்றும் சமூக நிகழ்ச்சிகள் பற்றிய காணொளிகளை ஆங்கிலத்தில் வெளியிடுகிறார்.

விழாவில் கீர்த்தியைப் பிரதமர் பேசும்படி கேட்டுக்கொண்டபோது, 'ஹிந்தி எனக்குத் தெரியாது' என்று சொல்லியிருக்கிறார் கீர்த்தி. 'உங்களுக்குத் தெரிந்த மொழியில் பேசுங்கள்' என்று பதிலுக்குப் பிரதமர் சொல்ல, தமிழில் பேசியிருக்கிறார் கீர்த்தி. மேற்கொண்டு

பிரதமர் கேட்ட பல கேள்விகளுக்கும் சளைக்காமல் பதில் சொல்லி அசத்தியிருக்கிறார் கீர்த்தி.

'உங்கள் கதைகளால் இளம் தலைமுறையினருக்கு நன்மைகள் பல கிடைக்கும். நாட்டுக்கு மிகப் பெரிய சேவையை நீங்கள் செய்கிறீர்கள்' என்று பிரதமர் பாராட்டியிருக்கிறார்.

கீர்த்தியின் குடும்பம் மிகவும் கட்டுப்பெட்டித்தனமானது. இளமைக் காலத்தில் 100 மீட்டர் தொலைவில் இருக்கும் கடைக்குக்கூட தனியே செல்ல இவருக்கு அனுமதி மறுக்கப்பட்டிருந்தது. சின்னச் சின்ன விஷயங்களுக்காக்கூட இவர் பெரும் போராட்டம் நடத்த வேண்டியிருந்தது. இவருக்கு சொந்தக் காலில் நிற்கவே விருப்பம்; குடும்பத்து ஆண்களைச் சார்ந்திருக்க விரும்பாத மனநிலையிலேயே இருந்திருக்கிறார். தொல்பொருள் ஆராய்ச்சியாளராக வேண்டும் என்பதே இவரது ஆரம்ப காலக் கனவு. அதற்காகவே பட்டப் படிப்பில் வரலாற்றைத் தேர்ந்தெடுத்திருக்கிறார். பின்னர் ட்யூஷன் எடுப்பது, வரவேற்பாளர் பணி, எலக்ட்ரீஷியன் போன்ற பல பணி களையும் செய்திருக்கிறார். பயன்படுத்தப்பட்ட மடிக்கணினி ஒன்றை வாங்குவதற்கு இவருக்கு 15 ஆண்டுகள் தேவைப்பட்டன. இவரது செயல்பாடுகளில் அதிருப்தியாகவே இவரது பெற்றோர் இருந்திருக்கின்றனர். அப்பாவுடன் பேசாமலேயேகூடச் சில ஆண்டுகள் இருந்திருக்கிறார். ஆனால் அதே பெற்றோரை விமானத்தில் அழைத்துச் சென்று, தான் விருது வாங்கும் நிகழ்ச்சியைக் காணச் செய்திருக்கிறார்.

வரலாற்றில் பிழையாகப் பதிவு செய்யப்பட்டனவாகத் தாம் கருது வதைத் துணிச்சலுடன் தமது வலைத் தளத்தில் பதிவேற்றுவது இவரது சிறப்பான பாணி.

'நான் தொல்பொருள் ஆராய்ச்சியாளராக விரும்பினேன். ஆனால் தமிழ்நாட்டில் அதற்கான படிப்பு ஏதும் இருக்கவில்லை. தமிழ் நாட்டுக்கு வெளியே என்னை அனுப்ப எனது பெற்றோரும் விரும்ப வில்லை. எனவேதான் நான் வரலாற்றைத் தேர்ந்தெடுத்தேன். எனக்கு மருத்துவத்திலும் இடம் கிடைத்தது. ஆனால் நான் அதைத் தவிர்த்து வரலாற்றையே படித்தேன். ஆனால் அந்த வரலாற்றுப் படிப்பின் மீது எனக்கு அதிகம் மதிப்பில்லை. பல இடங்களில்

வரலாறு திரித்து எழுதப்பட்டிருந்தது. அதிகாரத்தில் இருப்பவர் களுக்கு சாதகமாகவே வரலாறு எழுதப்பட்டு வந்திருக்கிறது. அதனால்தான் நான் அதை ஆழமாகக் கற்க ஆரம்பித்தேன்' என்கிறார் கீர்த்தி.

எதையும் அப்படியே மனப்பாடம் செய்யாமல், அடிப்படைக் காரணிகளை ஆழ்ந்து பகுத்தாயும் முறையிலேயே கீர்த்தி பாடங் களைப் படிப்பார். பாடங்களைக் கதை வடிவில் உள்வாங்கும் இயல்பு அவருக்கு இருந்ததாலேயே அவரது நாட்டம் வரலாற்றுப் படிப்பின் மீது சென்றது.

சமூக வலைதளங்களில் காணொளிகள் இடுவது அவரது முதல் தேர்வாக இருக்கவில்லை. பல பணிகளிலும் ஈடுபட்டு, இறுதியில் தனக்கான பாதை இதுவெனத் தேர்ந்தெடுத்திருக்கிறார்.

ஆரம்பத்தில் இவரது பதிவுகள் அவ்வளவாகக் கவன ஈர்ப்பைப் பெற்று விடவில்லை. ஆனால் தொடர்ந்து இவர் ஆணித்தரமான கருத்துக்களுடன் காணொளிகளை வெளியிட்டுவந்தார். ஏழெட்டு மாதங்களுக்குப் பிறகு அவரது காணொளிகள் வைரலாகின. ஏராள மான பேர் பார்வையிடத் தொடங்கினர். அதே சமயம் எதிர்மறை விமர்சனங்களுக்கும் பஞ்சமில்லை. ஆனால் அதைப் பற்றியெல்லாம் கீர்த்தி கவலைப்படாமல் தொடர்ந்து தமது வலை தளத்தில் இயங்கிக் கொண்டிருக்கிறார்.

இளைய தலைமுறைக்குக் கீர்த்தி கோவிந்தசாமி சொல்ல விரும்புவது என்ன?

"ஆரம்பத்தில் எதுவுமே எளிதாக இருக்காது, குறிப்பாக நீங்கள் சாதாரணமான பின்னணியில் இருந்து வந்தீர்கள் என்றால் ஆரம்ப கட்டத்தில் நீங்கள் கடினமாக உழைக்க வேண்டும். உங்கள் வெற்றியைத் தக்க வைத்துக்கொண்ட பிறகு பலரையும் நீங்கள் வேலைக்கு அமர்த்தலாம். நீங்களும் சிறிது ஓய்வெடுத்துக் கொள்ள லாம். எது சரி என்று நீங்கள் நினைக்கிறீர்களோ, அதைச் செய்யுங்கள்; ஆனால் சீரான வேகத்தில் கடினமாக உழைத்துக் கொண்டே இருங்கள்; நீங்கள் நிச்சயம் வெற்றி பெறுவீர்கள்!"

❖

26. சிந்து கணபதி
தென்னிந்தியாவின் பயணச்சீட்டுப் பரிசோதகரான முதல் திருநங்கை

தங்களுக்கான அங்கீகாரத்தையும் வேலை வாய்ப்புக்களையும் பெறுவதற்கு மிகவும் போராட வேண்டிய காலகட்டத்தில்தான் இன்னும் பல திருநங்கைகள் இருந்து வருகின்றனர். எனினும் விடா முயற்சியுடன் சவால்களை எதிர்கொண்டு, ரயில்வே துறையில் தென்னிந்தியாவில் பயணச்சீட்டுப் பரிசோதகர் பதவியை அடைந் திருக்கும் முதல் திருநங்கை என்ற சிறப்பைப் பெற்றிருக்கிறார் கன்யாகுமரியைச் சேர்ந்த 37 வயதான சிந்து கணபதி என்னும் மூன்றாம் பாலினத்தவர். திண்டுக்கல் ரயில்வே நிலையத்தில் சமீபத்தில் பயணச்சீட்டுப் பரிசோதகராக இவர் பதவியேற்றிருக் கிறார்.

கல்வியும் தொடர் முயற்சிகளும் இருந்தால் திருநங்கைகள் வாழ் விலும் ஒளி பிறக்கும் என்பதற்கு சிந்துவே சாட்சி!

சிந்து திருநங்கையாக மாறுவதற்கு முன்னர் சிந்தன் என்று அழைக்கப் பட்டார். தமிழில் பி.லிட் பட்டம்பெற்றிருக்கிறார்.

2003ஆம் ஆண்டு ரயில்வே துறையில் ஓர் உதவியாளராகப் பணியில் சேர்ந்தார். இவரது ரயில்வே பயணம் 19 ஆவது வயதில், கேரளாவில்

உள்ள எர்ணாகுளத்தில் ஆரம்பம் ஆனது. அங்கே 5 ஆண்டுகள் பணிபுரிந்த பின்னர், திண்டுக்கல்லுக்குப் பணிமாற்றம் செய்யப் பட்டார். அங்கே 14 ஆண்டுகள் பல நிலைகளில் பணியாற்றினார்.

அப்போது அவர் விபத்து ஒன்றில் சிக்கினார். அதையடுத்து ரயில்வேயின் கமர்ஷியல் பிரிவுக்கு மாற்றப்பட்டார்.

காலக் கிரமத்தில் ஹார்மோன் சுரப்பு மாறுபாடுகளால் உடலளவிலும், மனதளவிலும் தம்மைப் பெண்ணாக உணரத் தொடங்கியிருக் கிறார்.

பணி செய்யும் இடத்தில் ஆதரவான சூழல் இருந்தபோதிலும், சமூக அழுத்தங்ள் மற்றும் வெளியுலகின் புரிதலற்ற போக்கு ஆகியவற்றால் 2010ஆம் ஆண்டில் தமது வேலையைத் துறந்துவிட்டு, வீட்டைவிட்டு வெளியேறித் திருநங்கைகளுடன் சேர்ந்து வாழ ஆரம்பித்தார். உரிய அறுவைசிகிச்சையை மேற்கொண்டு திருநங்கையாக மாறினார். சிந்தன் இப்போது சிந்துவானார்.

18 மாதங்களுக்குப் பிறகு, சமுதாயத்தில் மதிப்புள்ள ஓரிடத்துக்குத் திரும்பவேண்டும் என்ற உந்துதல் சிந்துவுக்கு ஏற்பட்டது. ரயில்வே துறையிலேயே மறுபடியும் சேர விரும்பினார்.

இவரது பால் மாறுபாட்டுக் காரணி ஆரம்பத்தில் ரயில்வே அதிகாரி களிடம் கொஞ்சம் தயக்கத்தை ஏற்படுத்தியிருக்கிறது. சதர்ன் ரயில்வே மஸ்தூர் யூனியன் என்ற அமைப்பின் ஆதரவு சிந்துவுக்கு முழுமையாக இருந்தது. அந்த உதவியால் சிந்துவுக்கு மீண்டும் ரயில்வே துறையில் பணி கிடைத்தது. ரயில்வே துறை சிந்துவை முழுமையான மருத்துவப் பரிசோதனைக்கு ஆளாக்கி, பெண் ஊழியர் என்ற அடிப்படையில் பணி செய்ய அனுமதி அளித்தது.

பால் மாறுபாடு அடைந்தவர்களை, 'மூன்றாம் பாலினத்தவர்' என்று அங்கீகரிக்க வேண்டும் என்ற 2014ஆம் ஆண்டு காலகட்டத்தின் உச்ச நீதிமன்றத்தின் முடிவு, திருநங்கைகள் சமூகத்தின் திருப்புமுனையாக அமைந்தது. இந்த வரலாற்றுப் புகழ்பெற்ற முடிவால் திருநங்கைகள் சமூகத்துக்கு, உரிய அங்கீகாரம் மற்றும் உரிமைகள் சமுதாயத்தில் கிடைத்திருக்கின்றன.

சிந்துவின் பணி நியமனத்துக்கும் இந்தத் தீர்ப்பு முக்கியக் காரணமாக அமைந்திருக்கிறது.

தமது பணியைச் செய்து கொண்டே இதர திருநங்கையரின் முன்னேற்றத்துக்கும் சிந்து பாடுபட்டு வருகிறார். கல்வி கற்பதன் மூலமும், கடின உழைப்பை மேற்கொள்வதன் மூலமுமே திருநங்கையர் பலரது கனவுகள் நனவாகும் என்பது சிந்துவின் அசைக்க முடியாத நம்பிக்கை. சமுதாயத் தடைகளை உடைத்து, மரியாதைக்குரிய பதவிகளில் திருநங்கைகளும் அமர்வதை நோக்கி அவர்களின் செயல்பாடுகள் இருக்க வேண்டும் என்கிறார் சிந்து.

ஆரம்பத்தில் ரயில்வேயின் மின்சாரப் பிரிவில் பணியாற்றியிருக் கிறார். அப்போது நிகழ்ந்த ஒரு விபத்தில் சிந்துவின் கை பாதிக்கப் பட்டது. எனவே தொழில்நுட்பப் பிரிவில் மேற்கொண்டு பணி செய்ய இயலாத சூழல் உருவானது. கமர்ஷியல் பிரிவுக்கு மாற்றப் பட்டார். பொதுமக்களுடன் பழக வாய்ப்புக் கிடைக்கும் என்பதால் மகிழ்ச்சியுடன் சிந்து அதை ஏற்றார். பயணச் சீட்டுப் பரிசோதகராகப் பணிபுரிய வேண்டும் என்ற ஆவலை வெளிப்படுத்தினார். ஆரம்பத்தில் அதில் சில சவால்கள் இருந்தன. இறுதியில் தமது விருப்பப்படி பயணச் சீட்டுப் பரிசோதகரானார் சிந்து.

'திருநங்கையான நான் பயணச் சீட்டுப்பரிசோதகராக ஆனது குறித்து மிகவும் பெருமைப்படுகிறேன். இன்னும் பல திருநங்கைகளும் என் மூலமாக உத்வேகம் பெற்று, ரயில்வே துறையில் நுழைந்து பிரகாசிக்க வேண்டும். பயணிகள் பலரும் இன்முகத்தோடு என்னிடம் பழகுகிறார்கள். பொதுமக்கள் எனது சாதனைக்கு பலத்த ஆதரவு தெரிவிக்கிறார்கள். தற்போது எங்களையும் சமுதாயம் ஏற்றுக் கொள்ள ஆரம்பித்திருக்கிறது. கல்விக்கும் வேலை வாய்ப்புக்கு மான கதவுகள் திருநங்கையருக்குத் திறந்து விடப்பட்டிருக்கின்றன. அவற்றை அவர்கள் உரிய முறையில் சரியாகப் பயன்படுத்திக் கொள்ள வேண்டும்' என்கிறார் சிந்து. மூன்றாம் பாலினத்தவர் களுக்கு வேலை வாய்ப்புகளில் அரசாங்கம் இட ஒதுக்கீட்டு செய்ய வேண்டும் என்பது இவரது கோரிக்கை.

சிந்து! உங்கள் பணி சிறக்கட்டும்; லட்சியங்கள் ஈடேறட்டும்!

❖

27. சுமன் குமாரி

இந்தியாவின் எல்லைக் காவல் படையின்
முதல் பெண் ஸ்னைப்பர்

முதலில் இந்தியாவின் எல்லைக் காவல் படை (Border Security Force - BSF) என்றால் என்னவென்று சுருக்கமாகப் பார்த்து விடலாம். இது பாகிஸ்தான் மற்றும் பங்களாதேஷ் எல்லைகளில் செயல்படும் இந்தியாவின் எல்லைப் பாதுகாப்பு அமைப்பாகும். இந்தியாவின் ஐந்து மத்திய ஆயுதக் காவல் படைகளில் (Central Armed Police Forces - CAPF) இதுவும் ஒன்று. 1965ஆம் ஆண்டில் நடைபெற்ற இந்தியா-பாகிஸ்தான் போரை அடுத்து இந்தியாவின் எல்லைகளின் பாது காப்பை உறுதி செய்வதற்காகவும் அது தொடர்பான செயல்பாடு களுக்காகவும் உருவாக்கப்பட்டிருக்கிறது.

சரி... ஸ்னைப்பர் என்பவர் யார்?

அடிப்படையில் ஸ்னைப்பர் என்பவர் துப்பாக்கி பயன்படுத்தும் ராணுவ/ பாரா மிலிடரி/ காவல் துறை வீரர் ஆவார். மறைந்திருந்து துல்லியமாக இலக்குகளைத் தாக்கும் துப்பாக்கிச் சூட்டில் பயிற்சி பெற்றவர் இவர். தாக்கப்படடும் இலக்குகளின் பார்வைத் திறனுக்கும் அப்பால் இருந்து செயல்படுவது ஸ்னைப்பரின் சிறப்பு. ஸ்னைப்பிங் துப்பாக்கிகளில் டெலஸ்கோப்பும் இணைக்கப்பட்டிருப்பதால்

அவை தொலைதூரத்தில் இருந்து துல்லியமாக இலக்குகளைக் குறிப்பிட்ட புள்ளியில் தாக்கும் ஆற்றலுடையன.

இந்திய எல்லைப் பாதுகாப்புப் படையில் சப் இன்ஸ்பெக்டராகப் பணியாற்றி வருபவர் சுமன் குமாரி. இந்த அமைப்பின் முதல் பெண் ஸ்னைப்பர் என்ற பெருமையை இவர் பெற்றிருக்கிறார். சமீபத்தில் இந்தோரில் இருக்கும் Central School of Weapons and Tactics (CSWT) என்ற பயிற்சி நிறுவனத்தில் மிகக் கடினமான எட்டு வார ஸ்னைப்பர் பயிற்சியை முடித்திருக்கிறார். 'இன்ஸ்ட்ரக்டர் கிரேட்' என்ற தகுதியை இதன் மூலம் சுமன் அடைந்திருக்கிறார். பயிற்சி பெற்ற அனைவருக்கும் இந்தத் தகுதி கிடைத்து விடாது. பயிற்சிக் காலத்தில் பல நிலைகளிலும் முன்னிலை வகித்ததற்காக சுமனுக்குக் கிடைத்த பரிசு இது. இவரது திறமை மற்றும் நிபுணத்துவத்துக்கு இது ஒரு சான்றாகும்.

கமாண்டோ பயிற்சிக்கு அடுத்தபடியாக மிகவும் கடினமானது இந்த ஸ்னைப்பர் பயிற்சி. மிக அதிக அளவில் மனம் மற்றும் உடல் வலிமை தேவைப்படும் பயிற்சி இது. சூழ்நிலைக்குத் தக்கவாறு தம்மை மறைத்துக் கொண்டு, எதிரிக்கு மிக அருகில் நெருங்கி, எதிரி அறியாமல் தாகுதல் நடத்தவும் நேரிடும். பல ஆண் வீரர்களும் இந்தப் பயிற்சியின் கடினத் தன்மையை உணர்ந்து அதில் சேர்வதைத் தவிர்ப்பார்கள். ஆனால் பயிற்சியின் பல நிலைகளிலும் சுமன் முதலாவதாக இருந்தார். அவரது கடின உழைப்பு, மன உறுதி மற்றும் கற்றுக் கொள்ளும் ஆர்வம் ஆகியன அவர் முன்னிலையில் இருந்த தற்கு உதவின.

'பெண்கள் அனைத்துப் பிரிவுகளிலும் பங்கேற்கும் படையாக எல்லைக் காவல் படை உருவாகி வருகிறது. இதன் ஓர் அங்கமாக கடுமையான பயிற்சிக்குப் பிறகு எல்லைக் காவல் படையில் முதல் பெண் ஸ்னைப்பர் தோன்றியிருக்கிறார்' என்ற செய்திக் குறிப்பை எல்லைக் காவல் படை வெளியிட்டிருக்கிறது.

ஆயுதங்கள் ஏந்தாத போரிலும் சுமன் குமாரி தமது திறமைகளை வெளிப்படுத்திருக்கிறார்.

பஞ்சாபில் பணியாற்றும்போது எல்லைக்கப்பால் இருந்து நிகழ்த்தப்படும் ஸ்னைப்பர் தாக்குதல்களைக் கண்ட சுமன் தாமும் ஒரு ஸ்னைப்பர் வீரராக வேண்டும் என முன்வந்தார். மேலதிகாரி களுக்குத் தமது விருப்பத்தை அவர் தெரிவித்தார். அவர்களும் அவரது உறுதியைக் கண்டு, ஸ்னைப்பர் பயிற்சியை அவர் எடுப்ப தற்கு அனுமதித்தனர்.

அந்தப் பயிற்சியை மேற்கொண்ட 57 நபர்களில் சுமன் ஒருவர் மட்டுமே பெண் என்பது குறிப்பிடத்தக்கது. இது அவருக்கு எந்த விதமான பின்னடைவையும் தரவில்லை; மாறாகத் தம்மை நிரூபித்தாக வேண்டும் என்ற லட்சியத்தையே ஊட்டியிருக்கிறது. அதற்கேற்பப் பயிற்சியின் பல நிலைகளிலும் முன்னிலை வகித்திருக் கிறார் சுமன் குமாரி.

ஹிமாச்சல் பிரதேசத்தின் மாண்டி மாவட்டத்தைச் சேர்ந்த எளிமை யான குடும்பத்திலிருந்து வந்தவர் சுமன். நாட்டுக்கு உழைக்க வேண்டும் என்ற எண்ணத்தால் 2021ஆம் ஆண்டு எல்லைப் பாது காப்புப் படையில் சேர்திருக்கிறார் சுமன். இவரது தந்தை எலக்ட்ரீஷியனாகப் பணிபுரிகிறார்; தாயார் இல்லத்தரசி. சுமனின் ஆர்வத்துக்குப் பக்கபலமாக இருவரும் விளங்குகிறார்கள்.

சுமன் குமாரியின் துணிச்சல் மிக்க இந்தத் முடிவு, இதர பெண் வீரர் களும் இந்தப் பயிற்சியை மேற்கொள்ள உத்வேகம் அளித்திருக்கிறது. சுமன் குமாரியின் சாதனை பல பெண்களுக்கும் தன்னம்பிக்கை யையும், தங்களாலும் சாதிக்க முடியும் என்ற மன உறுதியையும் அளித்திருக்கிறது.

மேன்மேலும் சுமன் குமாரியின் சாதனைகள் தொடரட்டும்!

❖

28. ரேகா கார்த்திகேயன்

ஆழ்கடலில் மீன்பிடி உரிமம் பெற்றிருக்கும் முதல் இந்தியப் பெண்

தரை மேல் பிறக்க வைத்தான்
எங்களைத் தண்ணீரில் பிழைக்க வைத்தான்!
கரை மேல் இருக்க வைத்தான்
பெண்களைக் கண்ணீரில் குளிக்க வைத்தான்!

படகோட்டி என்ற படத்தில் வரும் பாடல் நிஜமான நிஜம். அன்றாடம் தங்களது வாழ்வைத் துச்சமாக மதித்துக் கடலில் மீன் பிடிக்கச் செல்லும் தொழிலைப் பெரும்பாலும் ஆண்கள் மட்டுமே செய்துவருகின்றனர். அந்தத் தொழிலும் தைரியமாக் களமிறங்கி - கடலிறங்கி இருக்கிறார் கேரள மாநிலம் திருச்சூர் மாவட்டம், சாவக்காடு பகுதியைச் சேர்ந்த ரேகா என்ற பெண். சாவக்காடு பகுதியானது கடற்கரைக்கும் மீன்பிடி தொழிலுக்கும் பிரசித்தி பெற்றது. கொச்சிக்கு 75 கி.மீ வடக்கிலும், திருச்சூருக்கு 25 கி.மீ. வடகிழக்கிலும், பொன்னானிக்கு 25 கி.மீ. தெற்கிலும் இருக்கிறது இந்த ஊர்.

ஆழ்கடலில் மீன் பிடிக்கும் உரிமம் பெற்ற முதல் இந்தியப் பெண் என்ற பெருமைக்குரியவர் ரேகா. பல பெண்கள் கழிமுகங்களிலும்

ஆறுகளிலும் மீன் பிடிக்கிறார்கள் என்பது உண்மைதான். ஆனால் ரேகாதான் ஆழ்கடலில் மீன் பிடிக்கும் முதல் பெண்.

50 வயதாகும் ரேகாவுக்கு நான்கு வாரிசுகள் இருக்கின்றனர். சூரியன் உதயமாவதற்கு முன்னரே எழுந்து விடுகிறார். சாவக் காட்டில் இருக்கும் செட்டுவா என்ற கடற்கரையில் தனியாய் உட்கார்ந்து, மீன்பிடி நைலான் வலையில் ஏற்பட்டிருக்கும் சிக்கு களைக் கவனமாகப் பிரித்துச் சரிசெய்கிறார்.

கடல்நீர் பட்டுப் பட்டுச் சுருங்கிப் போயிருக்கின்றன அவரது விரல்கள். கணவர் கார்த்திகேயன் அங்கு வந்து சேருவதற்குள் சிக்கெடுக்கும் வேலையைச் செய்து முடித்து விடுகிறார். அதன் பின்னர் தங்களது சிறிய, பழைய படகில் ஏறி அரபிக் கடலில் மீன் களைப் பிடிக்கும் பயணத்தைத் தம்பதியினர் ஆரம்பித்து விடுகிறார்கள். ஒற்றை எஞ்சின் மட்டுமே கொண்ட படகு அவர்களுடையது.

கடலுக்குள் 20 முதல் 30 நாட்டிகல் தொலைவு தூரத்துக்குப் போய் மீன் பிடிப்பது இவர்களது வழக்கம். (ஒரு நாட்டிகல் தொலைவு என்பது 1.852 கி.மீ.தூரத்துக்குச் சமம்). அவர்களிடம் திசையறிய உதவும் காம்பஸ் கருவியோ, இருப்பிடத்தை அறிந்துகொள்ள உதவும் ஜி.பி.எஸ் உபகரணமோ அல்லது உயிர் காக்கும் லைஃப் ஜாக்கெட்டுகளோ இல்லை. பாரம்பரியமான அறிவு ஒன்றைக் கொண்டே இவர்களது ஆழ்கடல் பயணம் அமைகிறது.

'கடலம்மா' தங்களைக் காப்பாற்றுவார் என்ற நம்பிக்கையில் உறுதியாக இருக்கிறார் ரேகா.

சுமார் 15 ஆண்டுகளுக்கு முன்னர் கார்த்திகேயனின் வேலையாட்கள் இருவர் பணியில் இருந்து விலகிவிட்ட சூழலில், கணவருக்குக் கை கொடுக்க மீன்பிடி தொழிலில் குதித்திருக்கிறார் ரேகா. வேலை யாட்களுக்குக் கூலி கொடுத்துக் கட்டுப்படியாகாத சூழல், ரேகா இந்தப் பணியை மேற்கொள்ள முக்கியமான காரணமாகும்.

நிர்பந்தத்தால் இந்தப் பணிக்கு ரேகா வந்தாலும் மீன் பிடித்தலை ரேகா ஆத்மார்த்தமாகச் செய்கிறார். அவரது வாழ்க்கையும் சிக்கலான வலைப் பின்னல் போலத்தான் இருக்கிறது. இந்தத்

தொழிலில் சிக்கல்கள் பல இருக்கின்றன. கணிசமான வருமானத் துக்குத் தினமும் உத்திரவாதம் இல்லாத நிலைமை இருந்தாலும் ரேகாவுக்குத் தன் வேலையில் மகிழ்ச்சியே ததும்புகிறது.

மழைக் காலங்களில், கருத்த மேக மூட்டம் சூழ்ந்த நேரத்தில், வெளிச்சம் பரவும் வேளைக்கு முன்பாகவே அவர்களது பயணம் ஆரம்பமாகி விடுகிறது. பெரும் அலைகள் அந்த சின்னஞ் சிறு படகை அலைக்கழிக்கும் சமயங்களிலும் அஞ்சாமல் சமாளித்து மீன் பிடிக்கும் பணியைத் தொடர்ந்து செய்கின்றனர்.

'கடலுக்குச் சென்றிருக்கும் குடும்பத்து ஆண்கள் பத்திரமாகத் திரும்பி வர வேண்டும் எனக் கரையில் இருந்து கொண்டு பிரார்த் திப்பதுதான் மீனவப் பெண்களுக்கு உரிய செயல்' என்று ஊரார் ரேகாவின் கடல் பயணத்துக்கு முதலில் முட்டுக்கட்டை போட்டனர். ஆனால் கணவரின் ஆதரவோடு அவருக்கு உறுதுணையாக இவரும் மீன்பிடிக்கச் செல்ல ஆரம்பித்துவிட்டார். இவர்களை இப்போது செட்டுவா கடற்கரை மக்கள் மரியாதை கலந்த வியப்போடு பார்க்கிறார்கள்.

ரேகா தன்னைவிட மீன்பிடிப்பதில் அதிகத் திறமையோடு இருக் கிறார் என்றும், கடல் நீரோட்டங்களைப் பற்றி அதிகம் தெரிந்து வைத்திருக்கிறார் என்றும், மனைவி ரேகாவைப்பற்றிச் சொல்லி மகிழ்கிறார் கார்த்திகேயன். 'மீன் கூட்டம் அருகிருந்தால் அதை உடனடியாக் கண்டுபிடித்துவிடும் ஆற்றல் ரேகாவுக்கு இருக்கிறது; உடனடியாக அவள் வலையை வீசிவிடுவாள். மத்தி, டூனா, கானாங் கெளுத்தி போன்ற பல மீன்களின் இயல்பும் நடமாட்டப் பகுதி களும் அவளுக்கு அத்துபடி' என்கிறார் கார்த்திகேயன்.

57 வயதாகும் கணவர் கார்த்திகேயனின் வார்த்தைகளில் கொஞ்சம் கூட மிகையில்லை என்பது தெரிகிறது.

'என் கணவரிடம் இருந்துதான் மீன் பிடிக்கும் நெளிவு சுளிவுகளைக் கற்றுக்கொண்டேன். இப்போது அவருக்கு ஏற்ற உதவியாளராய் மாறி இருக்கிறேன்' என்கிறார் ரேகா சிரித்துக்கொண்டே.

தி சென்ட்ரல் மெரைன் ரிசர்ச் இன்ஸ்டிட்யூட் (CMFRI) அமைப்பு நடத்திய ஒரு விழாவில் அப்போதைய மத்திய விவசாயத் துறை ராஜாங்க அமைச்சர் சுதர்ஸன் பகத் கலந்து கொண்டு, ரேகாவை கௌரவித்திருக்கிறார்.

ரேகாவைக் கார்த்திகேயன் முதன் முதலில் எங்கு சந்தித்தாராம்?

ஹிந்தி வகுப்புக்கு ரேகா சென்று கொண்டிருக்கும்போதுதான் கார்த்திகேயன் பார்த்திருக்கிறார்; காதல் மலர்ந்தது. ஆனால் இரு வீட்டாரிடமும் கடுமையான எதிர்ப்புக் கிளம்பியது. அவற்றை யெல்லாம் மீறி, வீட்டைவிட்டு ஓடிப்போய்த்தான் திருமணம் செய்து கொண்டிருக்கிறார்கள் இந்தக் காதல் தம்பதி.

ஆரம்ப காலத்தில் கடலுக்குள் மீன் பிடிக்கச் சென்றபோது, 'சீ சிக்னெஸ்' (Sea sickness) என்ற பாதிப்பால் ரேகா அவதிப்பட்டிருக் கிறார். ஆனால் அதையும் வெற்றிகரமாகச் சீக்கிரமே சமாளித்து விட்டார்.

ஒரு முறை தம்பதியினர் இருவரும் படகிலேயே கண்ணயர்ந்த சமயம் பெரிய கப்பல் ஒன்று இவர்கள் படகின் மீது மோத வந்து விட்டது. திடீரெனக் கண்விழித்த ரேகா, கூச்சலிட்டவாறே, படகின் போக்கை மாற்றியிருக்கிறார். மயிரிழையில் தம்பதியினர் உயிர் பிழைத்திருக்கிறார்கள்.

இன்னொரு சமயம், ஆழ்கடலில் இவர்களது படகின் எஞ்சின் செயலிழந்து போகவே 6 மணி நேரம் உதவியை எதிர்நோக்கி அலைக்கழிந்திருக்கின்றனர். அப்புறம்தான் மீட்கப்பட்டிருக் கின்றனர். இப்படி இவர்கள் வாழ்க்கையில் சுவாரசியங்களுக்கும், சாகஸங்களுக்கும் நிறைய இடம் இருக்கிறது.

பெண்கள் ஆழ் கடலில் மீன்பிடிக்கப் போகக்கூடாது என்ற மரபை உடைத்து சாதித்துக் காட்டியிருக்கும் ரேகா உண்மையிலேயே ஒரு சாதனைப் பெண்தான்!

❖

29. திஷா கோவிந்த் நாயக்
இந்தியாவின் முதல் பெண் ஏர்போர்ட் தீயணைப்பு வீரர்

எதிர்பாராத சில சமயங்களில் விமானங்கள் விபத்துக்குள்ளா வதைப் பற்றிச் செய்தித்தாள்களில் படித்திருப்போம். பல நிகழ்வு களில் உராய்வின் காரணமாகக் கிளம்பும் தீப்பொறி, விமான எரிபொருளில் பட்டுத் தீ விபத்துக்களாக முடிவதையும் அறிவோம். அப்படிப்பட்ட சந்தர்ப்பங்களில் உயிரைப் பணயம் வைத்து மீட்புக் குழுவினர் தீயை அணைத்துப் பயணிகளின் உயிரைக் காப்பாற்று வார்கள்.

ஒரு விமானம் தீ விபத்தில் சிக்கிக்கொண்டால் உடனடியாக தேவைப்படும் உரிய கருவிகளுடன் விபத்துப் பகுதிக்குத் தீயணைப்பு வீரர்கள் சென்று சேர்வார்கள்.

தீ விபத்துகள் நேரிடும்போது மிகப் பெரிய தீயணைப்பு வாகனம் ஒன்று மணி ஓசை எழுப்பியபடி வருவதைப் பார்த்திருப்பீர்கள். அதில் தீயணைப்புக் கருவிகள், ஏணிகள், பல நூற்றுக்கணக்கான லிட்டர் நீர் மற்றும் பல வகையான கருவிகளும் இருக்கும் அல்லவா? தீயணைப்பு வீரர்களும் இந்த வாகனத்தில் பயணம் செய்வார்கள். இந்த வாகனத்தை கிராஷ் ஃபையர் டெண்டர் (Crash Fire Tender - CFT) என்பார்கள். இதன் பெரும் வடிவத்தால் இதை

கனரக வாகனம் (Heavy vehicle) என்ற பட்டியலில் சேர்ந்திருக் கிறார்கள். இதை இயக்குவது ஒரு பெண்ணுக்குச் சவாலானான விஷயம். ஆனால் அதை இயக்கும் உரிமத்தையும் சான்றிதழையும் தமது 23 ஆவது வயதிலேயே பெற்றிருக்கிறார் திஷா கோவிந்த் நாயக் என்ற பெண்மணி.

இந்தத் தீயணைப்பு வாகனத்தை இயக்கி, தீயணைப்பு மற்றும் மீட்புப் பணியில் ஈடுபடுவது ஆண்களே. ஆனால் முதன் முறையாக திஷா கோவிந்த் நாயக் என்ற பெண் இந்த சாகசப் பணிக்கான சான்றிதழைப் பெற்று இந்திய வான் வரலாற்றில் இந்திய ஏரோட் ரோம் ரெஸ்க்யூ அண்ட் ஃபயர் ஃபைட்டிங் (ARFF) என்ற அமைப்பின் மூலம் விமான நிலையங்களின் முதல் பெண் தீயணைப்பு வீரர் என்ற சான்றிதழைப் பெற்றிருக்கிறார். விமானம் தீவிபத்தில் மாட்டிக்கொள்ளும்போது தீயை அணைக்கவும், மீட்கவும் பயன் படும் 'கிராஷ் ஃபையர் டெண்டர்' (Crash Fire Tender) மிகவும் பயன்படும். இதில் ஈடுபடத் தகுதியான முதல் பெண் என்ற பெருமை திஷாவுக்கே உண்டு.

வடக்கு கோவாவில் இருக்கும் பெர்னெம் என்ற ஊரைச் சேர்ந்தவர் திஷா. தீயணைப்பு வீரராக வேண்டும் என்ற இவரது கனவுக்கு இவரது பெற்றோரின் உறுதியான ஆதரவு இருந்தது. பள்ளிக்கூடப் பருவத்திலிருந்தே அந்தத் துறையில் இவர் சேரப் பெற்றோர் ஊக்கம் அளித்து வந்திருக்கின்றனர்.

சீருடைப் பணியில் சேரவேண்டும் என்பதே ஆரம்பத்தில் திஷாவின் நோக்கமாக இருந்தது. ஆனால் அவரது உயரம் அதற்குப் போதுமான தாக இல்லாததால் காவல் துறையில் அவரால் நுழைய முடிய வில்லை. அதற்காக அவர் மனம் தளர்ந்துவிடவில்லை. 2021ஆம் ஆண்டு நவம்பர் மாதம், கோவாவில் இருக்கும் மனோஹர் இன்டர்னேஷனல் ஏர்போர்ட் (MIA) அமைப்பில், மீட்பு மற்றும் தீயணைப்புத் துறையில் சேர விண்ணப்பித்திருக்கிறார்.

இந்தப் பணியில் சேருவதற்குத் தேவையான முதற் கட்டத் தேர்வுகள் அனைத்திலும் தேர்ச்சி பெற்றார். சவால்கள் நிரம்பிய பயிற்சியைத் துணிகரமாக எதிர்கொண்டார்.

அதில் சேர்ந்த பிறகு கிராஷ் ஃபயர் டெண்டரை இயக்கும் விருப்பத்தை அவர் தெரிவித்தார். அதற்காக நாமக்கல்லில் ஆறு மாதக் கடுமையான பயிற்சியை இவர் மேற்கொள்ள நேர்ந்தது. அதை இயக்குவதற்குத் தேவையான திறமைகளையும் அறிவையும் அங்கே அவர் வளர்த்துக் கொண்டார். நாமக்கல்லில் அவருக்கு கனரக வாகனம் ஓட்டும் பயிற்சியளிக்கப்பட்டது.

பயிற்சிக்குப் பிறகு சிறப்பு நிபுணர் குழு ஒன்று அவரது அறிவு நுட்பம் மற்றும் செயலாற்றும் திறன்களை மதிப்பீடு செய்தது. அவரது மிகச் சிறந்த செயல்பாட்டுத் திறனால் அவருக்கு கிராஷ் ஃபயர் டெண்டரை இயக்கும் சான்றிதழ் வழங்கப்பட்டது. அப்போது திஷாவுக்கு வயது 23 மட்டுமே!

பயிற்சி நிறைவடைந்து, தகுதிச் சான்றிதழை 2022ஆம் ஆண்டு ஜூலை 1ஆம் தேதி இவர் பெற்றார். இவர் லட்சியத்தில் கொண்டிருந்த உறுதி மற்றும் விரிவான பயிற்சி ஆகியனவே இவரது வெற்றிக்குக் காரணங்களாயின.

ஆண்கள் மட்டுமே அதுவரை இந்தப் பணியில் ஈடுபட்டு வந்திருக் கின்றனர். அப்படிப்பட்ட ஒரு துறையில் திறமை வாய்ந்த பயிற்சி யாளர்களால் கடுமையான பயிற்சிகள் அளிக்கப்பட்டு, இவர் தேர்வாகியுள்ளார் என்பது குறிப்பிடத்தக்கது. பயிற்சிகளில் இவர் தமது திறமைகளை நன்கு வெளிப்படுத்தி, விமான நிலையத்தில் கிராஷ் ஃபயர் டெண்டரை இயக்கும் மீட்பு மற்றும் தீயணைப்பு வீரருக்கான சான்றிதழைப் பெற்றார். 2022ஆம் ஆண்டு ஜூலை வரை மனோஹர் இன்டர்நேஷனல் ஏர்போர்ட்டில் பணிபுரிந்தார். கோவா இன்டர்நேஷனல் ஏர்போர்ட் லிமிடட் (GGIAL) அமைப்பின் தலைமைச் செயல் அலுவலர் ஆர்.வி.சேஷன் இவரது சேவையைப் பாராட்டியிருக்கிறார்.

பாரம்பரியமாக ஆண்கள் மட்டுமே ஈடுபடக்கூடிய துறைகளில் பெண்களும் நுழைந்து தங்கள் பங்கைப் பெருமையோடு அளிக் கலாம் என்பதை திஷாவின் வெற்றி எடுத்துக்காட்டுகிறது.

இவரது சாதனை, வித்தியாசமான துறையில் கால்பதித்துச் சாதிக்க விரும்பும் பல இளம் பெண்களுக்கும் முன்மாதிரியாக விளங்குகிறது என்பதில் ஐயமில்லை.

30. கே.பி.சுந்தராம்பாள்

விடுதலை கீதம் பாடிய இசைக் குயில்

ஔவையாரை நம்மில் யாரும் பார்த்திருக்க வாய்ப்பில்லை. ஆனால் அந்தக் குறையைத் தீர்த்து வைத்தவர் கே.பி.சுந்தராம்பாள். இசையின் உச்சியைத் தொட்ட இவர் பிறந்த ஊரான கொடுமுடிக்கு 'மலையின் உச்சி' என்று அர்த்தம். பொருத்தமான பெயர்தான்!

இவரது முழுப் பெயர் கொடுமுடி பாலாம்பாள் சுந்தராம்பாள். 10.10.1908 அன்று பிறந்தார்.

இசை, நாடகம், திரைப்படம், அரசியல், ஆன்மிகம் எனப் பல துறை களிலும் வெற்றிக்கொடி நாட்டியவர். இவருக்குக், 'கொடுமுடி கோகிலம்' என்ற செல்ல அடைமொழியும் உண்டு.

இளம் வயதிலேயே தந்தை இறந்துபோனார். இரு சகோதரர்களின் நிழலில் வளர்ந்தார். கொடுமுடியிலேயே ஆரம்பக் கல்வி கற்றார். ஏறக்குறைய சுந்தராம்பாளின் குடும்ப நிலையும் பசியால் துடித்த குழந்தைகளைக் கிணற்றில் தள்ள முயன்ற நல்லதங்காள் கதையைப் போன்றதுதான். இந்தச் சூழலில்தான் மேடையேறிக் குடும்பத்தைக் காப்பாற்றினார் கே.பி.எஸ்.

நாடகத்தில் நடிக்கும் வாய்ப்புக் கிடைத்தது. இவர் முதலில் ஏற்ற வேடம் 'நல்ல தங்காள்' நாடகத்தில் ஞானசேகரன் என்ற ஆண் குழந்தை வேடம். அந்த நாடகத்தில் இவர் பாடிய பாட்டின் ஆரம்ப வரி, 'பசிக்குதே! வயிறு பசிக்குதே' என்பதுதான். ரசிகர்களின் அமோக ஆதரவைப் பெற்றதாக அது அமைந்தது. அதன் பின்னர் பல நாடகங்களிலும் சொந்தக் குரலிலேயே பாடி நடித்தார்.

கேபிஎஸ்ஸின் கணீர்க் குரலில் பதிவு செய்யப்பட்ட இசைத் தட்டுக்கள் பலவும் அமோகமாக விற்றுத் தீர்ந்தன.

இந்தியா மட்டும் அல்ல இலங்கைக்கும் சென்று பல நாடகங்களில் இரண்டாண்டுகள் நடித்திருக்கிறார். இவரது நாடகங்களில், பவளக் கொடி, ஞானசௌந்தரி, வள்ளி திருமணம் போன்றன குறிப்பிடத் தக்கன. இவரது நடிப்பால் ஈர்க்கப்பட்ட பல பெற்றோரும் தங்களது பெண் குழந்தைகளுக்கு 'சுந்தராம்பாள்' எனப் பெயரிட்டு மகிழ்ந்தனர்.

இலங்கையில் நாடகங்களில் நடித்தபோது அப்போது பிரபலமாக விளங்கிய பாடகரும் நடிகருமான எஸ்.ஜி.கிட்டப்பாவுடன் இணைந்து நடித்தார். பாடகர்களின் குரல் வளத்தை 'கட்டை' என அளவிடுவார்கள். பொதுவாகப் பலரும் மூன்றைக் கட்டையில்தான் பாடுவார்கள். மிகச் சாதாரணமாக சுந்தராம்பாள் ஐந்தரைக் கட்டையில் பாடுவார். உடன் பாடும் ஆண் பாடகர்கள் இவரது குரலுக்கு ஈடுகொடுக்க முடியாமல் திணறுவார்கள். அந்தச் சூழலில் சர்வ சாதாரணமாக ஐந்தரைக் கட்டையில் பாடும் கிட்டப்பா இவருக்கு இசையில் பொருத்தமான ஜோடியாகிப்போனார். வாழ்விலும் தம்பதியாயினர்.

தங்களது முதல் சந்திப்பைப் பற்றி சுந்தராம்பாள் சொல்வது மிக சுவாரசியமாக இருக்கும். நான் படுத்து இருந்தேன். 'உன்னைப் பார்க்க ராஜகுமாரன்போல ஒருத்தர் வந்து இருக்கார்னு' அம்மா சொன்னார். நான் எழுந்து உட்காருவதற்குள், அவர் மின்னல்போல வந்து என் அருகே கட்டிலில் உட்கார்ந்து விட்டார். அவர் பேசினார். நான் அவரையே பார்த்துக்கொண்டு இருந்தேன். 'எனது கந்தர்வன் வந்து விட்டார்' என்று என் மனசு சொல்லியது!

கிட்டப்பா ஏற்கெனவே திருமணமானவர்; இரு வீட்டிலும் பயங்கர மான எதிர்ப்பு. அவற்றையெல்லாம் மீறி திருமணம் செய்து கொண்டனர். இருவரும் சேர்ந்து, 'ஸ்ரீ நாடக சபா' என்ற நிறுவனத்தைத் தொடங்கிப் பெரும் பொருள் ஈட்டினர்.

இவர்களது மண வாழ்க்கை கொஞ்ச காலமே நீடித்தது. குடிப் பழக்கத்துக்கு ஆளானார் கிட்டப்பா. கெட்ட சகவாசகங்களும் சேர்ந்து கொண்டன. 1933ஆம் ஆண்டு தமது 28ஆவது வயதில் கிட்டப்பா இயற்கை எய்தினார். சுந்தராம்பாளுக்கு அப்போது வயது 25 மட்டுமே!

அன்றிலிருந்து சுந்தராம்பாள் அந்தக் காலக் கைம்பெண்கள் அணிவது போல வெள்ளை நிற ஆடையை மட்டுமே கடைசி வரை உடுத்தினார். வேறெந்த ஆண் நடிகருடனும் இணையாக நடிக்கவே யில்லை.

கணவனின் பிரிவுக்குப் பிறகு பாடமாட்டேன் என்ற வைராக்கி யத்தில் இருந்தவரை மீண்டும் மேடையேறச் செய்தது மகாத்மா காந்தியின் அறிவுரைகள்தான். சுதந்திரப் போராட்டத்துக்காக தேச பக்திப் பாடல்களைப் பாட, மீண்டும் மேடையேறினார் கே.பி.எஸ்.

இவரது வீட்டில் காந்தியடிகள் உணவருந்தியிருக்கிறார். சாப்பாடு தங்கத் தட்டில் அளிக்கப்பட்டது. விருந்து முடிவில் தட்டையும் காந்திக்கு அளிக்க, அதை அவர் ஏலத்தில் விற்று அந்தப் பணத்தைக் காங்கிரஸ் நிதியில் சேர்த்துவிட்டிருக்கிறார்.

கணவரின் இறப்புக்குப் பின்னர் கலைப் பயணத்தில் கொஞ்சம் ஒதுங்கி இருந்தவர், 1934 ஆம் ஆண்டு, 'நந்தனார்' என்ற நாடகத்தில் நடித்தார். பல நாடகங்களில் நடித்தாலும் ஆண் வேடமே ஏற்றார். ஜோடியாக நடிப்பதற்கு வேறு பெண்களை அமர்த்திக் கொண்டார்.

'பக்த நந்தனார்' என்ற ஒரே படத்தில் 19 பாடல்களை இவர் பாடியிருக்கிறார். இவரது புகழ் சிகரம் தொட்டது, 'ஔவையார்' படத்தில்தான். இதில் இவர் பாடியிருக்கும் பாடல்களின் எண்ணிக்கை 30.

சிலப்பதிகாரத்தை அடிப்படையாகக் கொண்டு எடுக்கப்பட்ட பூம்புகார் திரைப்படத்தில் கவுந்தி அடிகளாக கே.பி.எஸ் நடித்தார். அதில் இவர் பாடிய, 'தப்பித்து வந்தானம்மா; பாவம் தனியாக நின்றானம்மா' என்ற பாடல் பலரையும் உருக வைக்கும்.

மகாகவி காளிதாஸ், திருவிளையாடல், துணைவன் போன்ற 13 படங்களில் இவர் பாடி நடித்து ரசிகர்கள் நெஞ்சில் நீங்கா இடம் பிடித்தார்.

மிக அதிக ஊதியம் பெற்றவர் என்ற பெருமையும் இவருக்கு உண்டு. ரங்கூனில் நடைபெற்ற நாடகத்துக் சுந்தராம்பாள் வாங்கிய ஊதியம் 40,000- ரூபாய்! அந்தக் காலத்தில் இது மிகப் பெரும் தொகை.

தெலுங்கு மட்டுமே இசைக்கப்பட்ட மேடைகளில் தமிழுக்கு உரிய இடத்தைப் பெற்றுக்கொடுத்தவர்களில் சுந்தராம்பாளும் முக்கிய மானவர். ஒரு கோவிலில் பாடச் சென்றால் அந்தக் கோவிலில் எழுந்தருளியிருக்கும் கடவுளைப் பாடும் மரபை உருவாக்கியவரும் இவரே.

50,000 ரூபாய் செலவில் ஒரு திரைப்படத்தையே எடுத்து முடித்து விடலாம் என்ற காலகட்டத்தில், 'நந்தனார்' படத்துக்காக ஒரு லட்சம் ரூபாய் சம்பளமாகப் பெற்று சாதனை புரிந்திருக்கிறார்.

முன்பு தமிழகத்தில் மேல் சபை இருந்ததல்லவா? அதில் 1958ஆம் ஆண்டு சுந்தராம்பாள் உறுப்பினரானார். அந்தப் பதவிக்காகக் கிடைத்த ஊதியத்தைப் பொதுச் சேவைக்கே செலவு செய்தார்.

கொடுமுடியிலேயே திரையரங்கம் ஒன்றையும் 'கே.பி.எஸ்' என்ற பெயரில் கட்டியிருக்கிறார்.

இவரது வளர்ப்பு மகள் ராம திலகம், மருமகன் ரத்தினசபாபதி, தம்பி பே.பி.கனகசபாபதி ஆகியோர் அருகிருக்க, 1980 ஆம் ஆண்டு சுந்தராம்பாள் காலமானார். அவரது பூத உடல் நடிகர் சங்கத்தில் பொது மக்களின் அஞ்சலிக்காக வைக்கப்பட்டது. அரசு மரியாதை யுடன் உடல் தகனம் செய்யப்பட்டது.

தருமபுரம் ஆதினத்தின் சார்பில், 'ஏழிசை வல்லபி' என்ற பட்டமும், தமிழிசைச் சங்கத்தின் சார்பில், 'இசைப் பேரறிஞர்' என்ற பட்டமும் சுந்தராம்பாளுக்கு வழங்கப்பட்டிருக்கின்றன.

மத்திய அரசு, 'பத்மஶ்ரீ' விருது வழங்கி இவரைச் சிறப்பித்திருக்கிறது.

31. சுதா மூர்த்தி
இந்தியத் தகவல் தொழில்நுட்பத் துறையின் அடையாளம்

பல்லாயிரக்கணக்கான இளைஞர்களுக்கு வேலை வாய்ப்பைத் தந்து, அவர்கள் வாழ்வில் ஒளியேற்றிக் கொண்டிருக்கும் நிறுவனம் 'பல நூறு கோடி ரூபாய் பணப் புழக்கம் நிலவும் நிறுவனம்' இந்தியத் தகவல் தொழில்நுட்பத் துறையின் அடையாளமாக விளங்கும் நிறுவனம் அதுதான் 'இன்ஃபோசிஸ்.' இன்ஃபர்மேஷன் சிஸ்டம் என்ற இரு வார்த்தைகளின் சுருக்கம்தான் இன்ஃபோசிஸ் (Infosys).

இந்த நிறுவனம் உருவாக முழுமுதற் காரணமாக இருந்தவர் சுதா மூர்த்தி. தலைசிறந்த கல்வியாளர், புரவலர், எழுத்தாளர் என்ற பல முகங்களுக்குச் சொந்தக்காரரான இவர், இன்ஃபோசிஸ் ஃபவுண்டேஷன் நிறுவனத்தின் முன்னாள் தலைவரும் ஆவார்.

சமுதாயத்துக்கு இவர் செய்த சேவைகளைப் பாராட்டி, 2006ஆம் ஆண்டு பத்மஸ்ரீ விருதையும், 2023ஆம் ஆண்டில் பத்மபூஷண் விருதையும் இந்திய அரசு வழங்கி கௌரவித்திருக்கிறது.

தற்போது இவருக்கு இன்னும் ஓர் அங்கீகாரத்தை அளித்துச் சிறப்பித்திருக்கிறது மத்திய அரசு. இந்தியக் குடியரசுத் தலைவரால்

மாநிலங்களவை உறுப்பினராக சுதா மூர்த்தி நியமிக்கப்பட்டிருக் கிறார்.

'சுதா மூர்த்தியை இந்தியக் குடியரசுத் தலைவர் ராஜ்ய சபாவுக்குப் பரிந்துரைத்ததில் நான் மகிழ்ச்சியடைகிறேன். சமூகப் பணி, பரோபகாரம் மற்றும் கல்வி உள்ளிட்ட பல்வேறு துறைகளில் சுதா அவர்களின் பங்களிப்பு மகத்தானதாகவும் ஊக்கமளிப்பதாக வும் உள்ளது. ராஜ்ய சபாவில் அவரது இருப்பு, பெண்கள் சக்திக்கு வலிமையான சான்றாகும். இது நம் நாட்டின் தலைவிதியை வடிவமைப்பதில் பெண்களின் வலிமை மற்றும் திறனை எடுத்துக் காட்டுகிறது. அவரது பாராளுமன்றப் பதவிக் காலம் பயனுள்ளதாய் அமைய வாழ்த்துகிறேன்' எனப் பிரதமர் மோடி பாராட்டியிருக் கிறார்.

1996ஆம் ஆண்டு சுதாவால் தொடங்கப்பட்ட இன்ஃபோசிஸ் ஃபவுண்டேஷன் மூலம் வெள்ளத்தால் பாதிக்கப்பட்ட பகுதியில் 2,300 வீடுகள் கட்டிக் கொடுக்கப்பட்டிருக்கின்றன.

19.08.1950 அன்று கர்நாடகா மாநிலத்தில் இருக்கும் ஷிக்கான் நகரில் நடுத்தரக் குடும்பம் ஒன்றில் பிறந்தவர் சுதா. தந்தை ஆர்.ஹெச்.குல்கர்னி ஒரு மருத்துவர். தாய் விமலா குல்கர்னி பள்ளி ஆசிரியை. பெற்றோர் மற்றும் தாய்வழித் தாத்தா பாட்டிகளால் வளர்க்கப்பட்டார் சுதா.

பெங்களூருவில் இருக்கும் இந்தியன் இன்ஸ்டிட்யூட் ஆஃப் சயின்ஸ் நிறுவனத்தில் எலக்ட்ரிகல் எஞ்சினீயரிங் பிரிவில் முதுநிலைப் பட்டம் பெற்றிருக்கிறார்.

1968ஆம் ஆண்டு இவர் கல்லூரியில் சேர்ந்தபோது அங்கே இவருடன் பயின்ற 600 மாணவர்களில் இவர் ஒருவர் மட்டுமே பெண்! பல சவால்களை இவர் எதிகொள்ள வேண்டியிருந்தது. உடன் படிக்கும் சக மானவர்களே இவரைக் கேலி செய்திருக் கின்றனர். கல்லூரி நிர்வாகத்தாலும் பெண் என்ற முறையில் பாரபட்சமாக நடத்தப்பட்டிருக்கிறார்.

ஒரு சமயம் டெல்கோவில் வேலைக்கான விளம்பரம் ஒன்றைக் கண்டார் சுதா. அதில் பெண்கள் விண்ணப்பிக்கத் தகுதியற்றவர்கள் என்று தெளிவாகக் குறிப்பிடப்பட்டிருந்தது. பாலினப் பாகுபாட்டின் இந்த வெளிப்படையான அறிவிப்பு சுதா மூர்த்தியை அதிர்ச்சி யடைய வைத்தது. அந்த வேலை பற்றிய அவரது ஆர்வமே போய் விட்டது.

இன்ஃபோசிஸ் நிறுவனத்தின் இணை நிறுவனரான என்.ஆர்.நாராயண மூர்த்தியைத் திருமணம் செய்திருக்கிறார்.

1977ஆம் ஆண்டில் இறுதியில் நாராயண மூர்த்தி, பாட்னி கம்ப்யூட்டர்ஸ் என்ற நிறுவனத்தில் பொது மேலாளராகப் பணியாற்றிக் கொண்டிருந்தார். சுதாவைத் திருமணம் செய்து கொள்ளும் விருப்பத்தை அவர் சுதாவின் தகப்பனாரிடம் தெரிவிக்க, அவரும் ஒப்புதல் கொடுத்திருக்கிறார். திருமணமும் நிறைவேறியது.

'1981ஆம் ஆண்டு நாராயண மூர்த்தி இன்ஃபோசிஸ் நிறுவனத்தைத் தொடங்கும்போது, மும்பையில் இருக்கும் பந்த்ரா பகுதியில் வாடகை வீடு ஒன்றில் குடியிருந்தோம்' என்கிறார் சுதா.

நாராயண மூர்த்தி இன்ஃபோசிஸ் நிறுவனத்தைத் தொடங்க 10,000 ரூபாயைக் கொடுத்தவர் சுதா. இன்று அந்த நிறுவனத்தின் பணப் புழக்கம் 5,92,110 கோடி!

சுதா- நாராயணமூர்த்தி தம்பதிகளின் மகள் அக்ஷதா, 2002 முதல் 2009 வரை பிரிட்டிஷ் பிரதமராக இருந்த ரிஷி சுனாக் என்பவரைத் திருமணம் செய்திருக்கிறார். பிரிட்டனில் குறிப்பிடத்தக்க அரசியல் வாதியாக இருப்பவர்தான் சுனாக். ஆசியாவைச் சேர்ந்த ஒருவர் முதல் முறை பிரிட்டனின் பிரதமராகப் பதவி வகித்தவர் என்ற பெருமை ரிஷி சுனாக்குக்கு உண்டு. சுனாக் - அக்ஷதா தம்பதி யினருக்குக் கிருஷ்ணா மற்றும் அனுஷ்கா என்று இரண்டு மகள்கள் உள்ளனர்.

இன்ஃபோசிஸ் நிறுவனத்தின் தலைமையகம் பெங்களூருவில் உள்ள எலக்ட்ரானிக் சிட்டியில் அமைந்திருக்கிறது. தகவல் தொழில் நுட்பம், வணிக ஆலோசனை மற்றும் அவுட்சோர்சிங் சேவைகளை இந்த நிறுவனம் அளிக்கிறது.

இன்ஃபோசிஸ் நிறுவனத்தில் தற்போது 3,00,000 ஊழியர்களுக்கும் மேல் பணியாற்றுகிறார்கள். உலகளாவிய அளவில் 50 நாடுகளுக்கும் மேலாக இதன் செயல்பாடுகள் நிகழ்ந்தவண்ணம் இருக்கின்றன.

ஏராளமான செல்வம் இருந்தாலும், சுதா மூர்த்தியின் எளிமை மிகவும் குறிப்பிடத்தக்கது. கடந்த முப்பதாண்டுகளாகத் தமக்காகப் புதிய புடவை எதையும் அவர் வாங்கவில்லை என்றால் பார்த்துக் கொள்ளுங்களேன்! காசிக்குச் செல்பவர்கள் தங்களுக்குப் பிரியமான ஏதாவது ஒன்றை விட்டுவிட வேண்டும் என்பது ஓர் ஐதீகம். அதன்படி சுதா புதுப் புடவைகள் வாங்குவதைக் கைவிட்டுவிட்டார்.

கன்னடம் மற்றும் ஆங்கிலத்தில் பல படைப்புகளை எழுதியிருக்கிறார்.

'டாலர் பாஹு' என்ற அவரது நாவல், முதலில் கன்னடத்தில் எழுதப்பட்டுப் பின்னர் ஆங்கிலத்தில் மொழிபெயர்க்கப்பட்டது, பரவலான பாராட்டை அது பெற்றது. 2001 ஆம் ஆண்டில் Zee TV மூலம் தொலைக்காட்சித் தொடராகவும் ஒளிபரப்பானது.

சுதா மூர்த்தி, 150-க்கும் மேற்பட்ட புத்தகங்களை எழுதி வெளியிட்டிருக்கிறார். சமுதாயத்துக்குத் தேவையான நல்ல பல கருத்துக்களையும் முன்னேற்றத்துக்கான வழிகளையும் அவரது புத்தகங்கள் கொண்டிருக்கின்றன.

பரந்துபட்ட வாசிப்பில் சுதாவுக்கு ஆர்வம் அதிகம். இந்தத் தம்பதியினரின் நூலகத்தில் 20,000க்கும் அதிகமான அரிய வகைப் புத்தகங்கள் இருக்கின்றன.

சுதா மூர்த்தி அடிக்கடி சொல்வது இதுதான்: 'செயல்பாடு இல்லாத குறிக்கோள் வெறும் கனவுதான்; குறிக்கோள் இல்லாத செயல்பாடு வெறுமனே காலத்தைக் கடத்துவதாகும். ஆனால் குறிக்கோளும் செயல்பாடும் சேர்ந்தால் உலகையே அவை மாற்றும்.'

❖

32.ஜோதிர்லதா கிரிஜா

இலக்கியத்தில் சாதித்து முத்திரை பதித்தவர்

தீவிர வாசிப்பாளர்களாகத் தமது இளம் வயதில் இருந்து, தற்போது 60 வயதைக் கடந்த பலருக்கும் நன்கு பரிச்சயமான எழுத்தாளர் ஜோதிர்லதா கிரிஜா.

தமது பதின்மூன்றாவது வயதில் முதல் சிறு கதையை எழுதி எழுத்துப் பயணத்தை ஆரம்பித்தவர் ஜோதிர்லதா கிரிஜா. இவரது முதல் சிறுகதை, 'ஜிங்லி' என்ற சிறுவர் இதழில் வெளியானது. வெளியிட்டு ஊக்கப்படுத்தியவர் ரா.கி.ரங்கராஜன்.

சுவாரசியமான எழுத்து வகைகளின் பல வடிவங்களிலும் வெற்றிகர மாக எழுதிக் குவித்தவர் ஜொதிர்லதா. சிறுகதைகள், நாவல்கள், கட்டுரைகள், நாடகங்கள், தொடர்கதைகள், சிறுவர் இலக்கியம் என அவர் களமாடாத துறைகளே இல்லை.

இவர் எழுதியிருக்கும் 600க்கும் மேற்பட்ட சிறு கதைகள், 22 நாவல்கள், 60 குறு நாவல்கள், 60 கட்டுரைகள் மற்றும் மூன்று நாடகங்கள் ஆகியன நேர்மறை எண்ணத்தை விதைப்பனவாகவும், சமூக மேம்பாடுகளைக் குறிவைத்தனவாகவும் - குறிப்பாக - பெண் விடுதலையை மையமாகக் கொண்டனவாகவும் இருந்தன.

சிறுவர்களுக்கென 150 சிறுகதைகளும் எழுதியிருக்கிறார் இவர். தமிழில் மட்டும் அல்ல; ஆங்கிலத்திலும் நேர்த்தியாக எழுதும் ஆற்றல் கொண்ட படைப்பாளியாகவும் இருந்தவர் ஜோதிர்லதா கிரிஜா. ஆங்கிலத்தில் 25 சிறுகதைகளை எழுதியிருக்கிறார்.

'இல்லஸ்ட்ரேட்டட் வீக்லி', 'ஃபெமினா', 'ஈவ்ஸ் வீக்லி', 'யுவர் ஃபாமிலி', 'ஃபிக்க்ஷன் ரிவ்யூ', 'சண்டே எக்ஸ்பிரஸ்', 'விமன்ஸ் இரா', 'வீக் எண்ட்', 'தி பொயட்' ஆகிய ஆங்கில இதழ்களில் ஜோதிர்லதா கிரிஜாவின் படைப்புகள் வெளியாகியிருக்கின்றன.

வத்தலக்குண்டுதான் ஜோதிர்லதா கிரிஜா பிறந்த ஊர். பிறந்த தேதி 27.05.1936. பள்ளி ஆசிரியராக இருந்த இவரது தந்தையார், புத்தக வாசிப்பை ஏற்படுத்தி, ஊக்கப்படுத்தினார்.

ரா.கி.ரங்கராஜன் இவரை அறிமுகப்படுத்திய பிறகு, தமிழ்வாணன், அழ.வள்ளியப்பா ஆகியோர் இவரது எழுத்தார்வத்துக்கு ஊக்கம் அளித்திருக்கிறார்கள்.

பள்ளிப் படிப்பை முடித்த ஜோதிர்லதா கிரிஜாவுக்கு ஆங்கிலம், ஹிந்தி, சமஸ்கிருதம் ஆகிய மொழிகளிலும் ஆழ்ந்த ஞானம் உண்டு.

தமது ஆரம்ப காலத்தில் மத்திய அரசின் தபால் - தந்தித் துறையில் ஸ்டெனோவாகப் பணியில் சேர்ந்தார்; பதவி உயர்வுகளும் பெற்றார். ஆனால் அவர் செய்து வந்த அரசுப் பணி, எழுத்துப் பணிக்கு இடையூறாக இருப்பதை விரும்பாத அவர், விருப்ப ஓய்வு பெற்றார்.

எழுத்தின் மீது இருந்த தீராத காதலால்தானோ என்னவோ ஜோதிர் லதா கிரிஜா திருமணம் செய்து கொள்ளவேயில்லை.

ஆரம்பத்தில் தினமணி கதிருக்கு இவர் எழுதிய சில கதைகள் நிராகரிக்கப்பட்டன. பெரியவர்களுக்கான கதைகளைவிடச் சிறுவர் களுக்கான படைப்புகளைச் செய்யுமாறு அறிவுரையைப் பலரும் சொன்னதற்கு ஏற்ப, சிறுவர்க்கான கதைகளை எழுத ஆரம்பித்தார். கல்கண்டு, கண்ணன், பூஞ்சோலை ஆகிய இதழ்களில் தொடர்ந்து இவரது படைப்புகள் இடம் பெற்றன.

குழந்தைகளுக்காகவே எழுதிக் கொண்டிருந்த ஜோதிர்லதா கிரிஜாவின் கவனம், பெரிவர்களுக்காக எழுதவும் திரும்பியது. 1968ஆம் ஆண்டு ஆனந்த விகடனில், 'அரியும் சிவனும் ஒண்ணு' என்ற தலைப்பில் இவர் எழுதியதுதான் பெரிவர்களுக்காக இவரால் எழுதப்பட்ட முதல் சிறுகதை. கலப்பு மணத்தைக் கருவாக வைத்து உருவாக்கப்பட்டிருந்தது அந்தக் கதை. கல்கி, அமுத சுரபி போன்ற இதழ்களில் ஜோதிர்லதா கிரிஜாவின் படைப்புகள் தொடர்ந்து இடம்பெறலாயின. 'இந்து தமிழ் திசை', 'துக்ளக்', 'திண்ணை' இணைய இதழ், வல்லமை மின்னிதழ் ஆகியவற்றிலும் ஜோதிர்லதா கிரிஜாவின் படைப்புகள் வெளியாகிப் பேசுபொருளாயின.

குமுதம் வார இதழில் வெளியான இவரது சிறுகதை, 'கொலையும் செய்வாள்'. அந்தக் கதை வெளியான போது பலத்த விமர்சனங் களுக்கு ஆளானது.

தொடர்ந்து இவர் எழுதிய பல சிறுகதைகளிலும் பெண்களுக்கு இழைக்கப்படும் அநீதிகளைச் சாடியிருந்தார். வரதட்சணை, அலுவலகங்களில் பெண்கள் சந்திக்க நேரிடும் தொல்லைகள், ஆணாதிக்கக் கொடுமைகள், பாலியல் பிரச்னைகள், பொருந்தாத் திருமணங்களால் நிகழும் உறவுச் சிக்கல்கள் போன்றனவற்றை மையக் கருக்களாக வைத்து இவர் எழுதிய பல கதைகள் வாசகர்கள் மத்தியில் பெரும் வரவேற்பைப் பெற்றன.

இவரது சிறுகதைகள் பெற்ற வரவேற்பால், வங்காளம், ஹிந்தி, தெலுங்கு, கன்னடம், மலையாளம் போன்ற மொழிகளில் மொழி பெயர்ப்பு செய்யப்பட்டன.

'கவரிமான் கணவரே', 'இளிக்கின்ற பித்தளைகள்', 'வாரிசுகள் தொடர்வார்கள்', 'அம்மாவுக்கும் பிள்ளைக்குமிடையே ஓர் அந்தரங்கம்', 'நான் ஒண்ணும் நளாயினி இல்லை' போன்ற சிறுகதை களும் அவை வெளியான காலகட்டத்தில் வாசிப்பாளர்கள் மத்தியில் அதிர்வலைகளை ஏற்படுத்தின.

1987ஆம் ஆண்டு, மாஸ்கோவில் நடைபெற்ற விழா ஒன்றில் ஜோதிர் லதா கிரிஜா எழுதிய 'தாயின் மணிக்கொடி' என்ற சிறுவர்களுக்கான நூல் உக்ரேனிய மொழியில் மொழிபெயர்க்கப்பட்டு வெளியானது.

'நாங்களும் வாழ்கிறோம்', 'தனிமையில் இனிமை கண்டேன்', 'மன்மதனைத் தேடி', 'போராட்டம்' ஆகிய இவரது நாவல்கள் மிகவும் குறிப்பிடத்தக்கன.

தமிழ்நாட்டைத் தாண்டி, 'தமிழ் நேசன்' என்ற மலேசிய இதழில் தொடராக வெளியான, 'இல்லாதவர்கள்' என்ற தொடர் மிகுந்த பரபரப்பாக அந்தக் காலத்தில் பேசப்பட்டது.

சென்னை வானொலியில் வெளியான தொடர் ஓரங்க நாடகமான, 'மணிக்கொடி' சுதந்திரப் போராட்டத்தைக் களமாகக் கொண்டது.

இவர் பெற்ற விருதுகள் மற்றும் பரிசுகளின் பட்டியல் மிக நீளமானது. பட்டியலில் சில :

- தினமணி கதிர் நாவல் போட்டியில் மூன்றாம் பரிசு: 'துருவங்கள் சந்தித்த போது' நாவலுக்கு.
- கல்கி பொன்விழாப் போட்டிப் பரிசு: 'மணிக்கொடி' நாவலுக்கு.
- ராஜா சர் அண்ணாமலைச் செட்டியார் இலக்கிய பரிசு: 'மணிக்கொடி' நாவல்.
- லில்லி தேவசிகாமணி அறக்கட்டளை வழங்கிய சிறந்த சிறுகதைத் தொகுதிக்கான பரிசு
- இலக்கிய சிந்தனை பரிசு (நியாயங்கள் மாறும், தலைமுறை விரிசல் சிறுகதைகளுக்காக)
- திருப்பூர் கலை இலக்கியப் பேரவையின் சமுதாய நாவலுக்கான பரிசு.
- தமிழ் வளர்ச்சித் துறையின் 1999-ம் ஆண்டின் சிறந்த தமிழ் நாவலுக்கான முதல் பரிசு: 'மறுபடியும் பொழுது விடியும்' நாவல்.
- அமுதசுரபி நாவல் போட்டிப் பரிசு
- கே.ஆர்.வாசுதேவன் இலக்கியப் பரிசு
- கம்பம் பாரதியார் சங்கப் பரிசு

- மன்னார்குடி-செங்கமலத் தாயார் கல்வி அறக்கட்டளை அமைப்பு வழங்கிய பன்முக எழுத்தாளர் விருது
- 2013-ல் ஈரோட்டில் நடைபெற்ற புத்தகக் கண்காட்சியில் மூத்த பெண் எழுத்தாளருக்கான விருது.
- கம்பன் கழகத்தின் சிவசங்கரி விருது.

70 ஆண்டுகளுக்கும் மேலாக இலக்கியப் பணி ஆற்றிய ஜோதிர்லதா கிரிஜா 18.04.2024 அன்று, தமது 89ஆவது வயதில் காலமானார்.

33. ஜெயஸ்ரீ

படுகர் இனத்தில் முதல் பெண் விமானி

நீலகிரி மண்ணின் மைந்தர்கள் படுகர் இன மக்கள். கடின உழைப்பாளிகள் இவர்கள். அதிலும் பெண்கள் வயல் வேலைகளில் கால நேரம் பாராமல் உழைப்பவர்கள். அந்தச் சமூகத்தில் இருந்து விமான ஓட்டும் முதல் பெண் பைலட்டாக உருவாகியிருக்கிறார் எம்.எம்.ஜெயஸ்ரீ.

சமீப காலத்தில் இந்த இனத்து ஆண்கள் பலரும் ராணுவம் மற்றும் கப்பல் படைகளில் சேர்த்து சேவை புரிந்து வருகின்றனர். ஆனால் பெண்களின் பங்களிப்பு இல்லையென்றே சொல்லும் நிலை இருந்து வந்திருக்கிறது. அதை மாற்றிக் காண்பித்திருக்கிறார் ஜெயஸ்ரீ.

'வருங்காலத்தில் என் கனவுகளை நனவாக்க வானில் பறப்பேன்' என்று பரவசத்தோடு சொல்கிறார் 27 வயது நிரம்பிய இந்த இளம் பெண். பிரைவேட் பைலட் லைசென்ஸ் (PPL) என்னும் விமான ஓட்டி உரிமம் பெற்றிருக்கிறார் இவர்.

நீலகிரி மாவட்டத்தில் கோத்தகிரிக்கு அருகே இருக்கும் குருக்கத்தி என்னும் கிராமம்தான் இவரது சொந்த ஊர். இவர் வசித்து வந்த பகுதியில் அடிக்கடி பயிற்சி விமானங்களும், பாதுகாப்புத் துறை

விமானங்களும் வானில் வட்டமடிப்பதை ஆர்வத்துடன் பார்த்த இவருக்குச் சிறுவயதிலேயே தாமும் ஒரு விமான ஓட்டியாக வேண்டும் என்ற ஆர்வம் ஏற்பட்டிருக்கிறது. ஆனால் அவர் வாழ்ந்த கிராமத்தில் இருந்த எவருக்கும் பைலட் ஆவதற்கு என்னென்ன முயற்சிகளை எடுக்க வேண்டும் என்று தெரிந்திருக்கவில்லை. ஜெயஸ்ரீக்கு உரிய வழிகாட்ட எவருமில்லாத சூழலில் அவரது பைலட் கனவு மனதுக்குள்ளேயே கனன்று கொண்டிருந்திருக்கிறது.

இவரது தந்தை ஜே.மணி, ஓய்வு பெற்ற கிராம நிர்வாக அலுவல ராவார். தாயார் மீனாட்சி இசைக் கலைஞர். நடனம் மற்றும் இசை ஆகியவற்றைத் தமது தாயாரிடத்திலேயே ஜெயஸ்ரீ கற்றுக் கொண் டிருக்கிறார். தமது பள்ளிப் படிப்பைச் சொந்த ஊரிலும், எம்.ஈ. கம்ப்யூட்டர் சயின்ஸ் படிப்பைக் கோவையிலும் முடித்திருக்கிறார்.

கோவிட் சமயத்தில் இவர் ஒரு நிறுவனத்துக்காக வீட்டில் இருந்த படியே வேலை செய்து கொடுத்திருக்கும்போதுதான் விமானம் ஓட்டும் இவரது நெடுங்காலக் கனவு வேகமெடுத்திருக்கிறது.

நான்கு சுவர்களுக்குள் அடைந்து கிடந்து பணிபுரிவது இவருக்குப் பிடிக்கவில்லை. அந்தப் பணி மேசை முன் அமர்ந்து செய்யும் அதிக அசைவுகள் அற்ற பணியாக இருந்தது என்றும், தாம் ஆற்றல் மிக்க பணி செய்யவே விருப்பம் கொண்டிருந்ததாகவும், தமக்கு உண்மை யிலேயே ஆர்வம் உள்ள துறையையே தேர்ந்தெடுக்க விரும்பிய தாகவும் இவர் குறிப்பிடுகிறார். தாம் பார்த்து வரும் வேலையைத் தொடர்வதா அல்லது தமது லட்சியக் கனவான பைலட் ஆவதற்கான முயற்சிகளை எடுப்பதா என்று யோசித்த இவர், இறுதியில் பைலட் ஆகும் முடியவையே தெரிவுசெய்தார்.

பைலட் ஆவது தொடர்பாக இணையத்தில் ஆராய்ச்சியே செய் திருக்கிறார். நண்பர்கள் மற்றும் குடும்ப அங்கத்தினர்களுடன் ஆலோசனை செய்திருக்கிறார். பின்னர் தென்னாப்பிரிக்காவில் உள்ள ஜோஹன்னெஸ்பர்க்கில் இருக்கும் பயிற்சி நிறுவனத்தில் விமானம் ஓட்டும் பயிற்சியை மேற்கொண்டிருக்கிறார்.

இவரது தயாருக்குத் தமது மகளை இப்படியானதொரு பயிற்சிக்காக வெளிநாட்டுக்கு அனுப்புவதில் ஆரம்பத்தில் விருப்பம் இல்லை.

அக்கம்பக்கத்தவரும் 'பெண் பிள்ளைக்கு இவ்வளவு செலவு செய்வதா' என முட்டுக்கட்டை போட முயன்றிருக்கிறார்கள். ஆனாலும் பிறகு மகளின் ஆசைக்குப் பெற்றோர் பச்சைக் கொடி காட்டியிருக்கிறார்கள்.

ஆறு மாதங்களுக்கு முன்னர் பயிற்சியில் சேர்ந்துவிட்டு சமீபத்தில் வீடு திரும்பியிருக்கிறார் ஜெயஸ்ரீ. பயிற்சியின்போது எழுத்துத் தேர்வுகள் எட்டிலும், இரண்டு வாய்மொழித் தேர்வு களிலும் வெற்றி பெற்ற இவர், 70 மணி நேரம் வானில் பறக்கும் பயிற்சியையும் மேற்கொண்டிருக்கிறார்.

தொடர்ந்து கமர்ஷியல் பைலட் லைசென்ஸையும் பெறும் பயிற்சித் திட்டத்தில் இருக்கிறார். அதற்காக இவர் 250 மணி நேரம் பறக்கும் பயிற்சியும், 10 தேர்வுகளில் வெற்றியும் பெறவேண்டி இருக்கும்.

இந்தப் பணியில் தாம் சேர முக்கியமான காரணமாகத் தமது ஆரம்ப காலப் பள்ளிப் படிப்பையும் ஆசிரியர்களையும் மகிழ்வுடன் நினைவுகூர்கிறார் இவர். தாம் சார்ந்த படுகர் இனத்தின் முதல் பெண் பைலட் என்ற சாதனை தமக்குப் பெருமை அளிப்பதாகப் பரவசத் துடன் சொல்கிறார்.

இவரது சமுதாயத்தில் பெண்களை வேறு ஊர்களுக்கு அனுப்பிப் படிக்கவைப்பது என்பது அரிதாகவே இருக்கும். அந்தச் சூழலில் தான் இவரது குடும்பத்தினர் வெளிநாட்டுக்கே தங்கள் மகளைப் பயிற்சிக்கு அனுப்ப முன்வந்திருக்கிறனர். இதுவே மிகவும் முற்போக்கான செயலாகப் பார்க்கப்படுகிறது.

கை நிறையச் சம்பாதிக்கும் வேலையில் இருந்தாலும், அதைத் துறந்து தமது லட்சியத்துக்காக உத்வேகத்துடன் உழைத்து, அந்த லட்சியத் தையும் அடைந்திருக்கும் ஜெயஸ்ரீ பல பெண்களுக்கும் ஒரு ரோல் மாடலாகவே இருப்பார் என்பதில் சந்தேகம் இல்லை!

இவரது சாதனை தனிப்பட்ட பெண்ணின் சாதனையாக இல்லாமல் ஒட்டுமொத்த படுகர் இனத்தின் சாதனையாகவே உணரப்படுகிறது.

ஜெயஸ்ரீயின் சாதனையைப் பார்க்கும்போது, 'வானமே எல்லை' என்பது பொய்; அதுதான் ஆரம்பம் எனச் சொல்லத் தோன்றுகிறது

34. இனியது இனியது இனியாவின் சாதனை இனியது!

12ஆவது வயதில் நூல் எழுதி வெளியிட்ட சிறுமி

எழுத்தாளராக வேண்டும் என்பது பலருக்கு இலட்சியமாக இருக்கும்; புத்தகம் ஒன்றை எழுதிவிட வேண்டும் என்பது சிலரின் வாழ்நாள் விருப்பமாக இருக்கும்; ஓவியக் கலையில் முத்திரை பதிக்கவேண்டும் இன்னும் சிலருக்குத் தணியாத தாகமாக இருக்கும்; வேறு சிலருக்கோ தமது பேச்சாற்றலை வெளிப்படுத்திப் பலரையும் ஈர்க்க வேண்டும் என்பது உள்ளக்கிடக்கையாக இருக்கும்; இன்னும் சிலருக்குத் தங்களிடமுள்ள அபாரமான நினைவாற்றலை வெளியுலகுக்கு உணர்த்த வேண்டும் என்பது பெரு விருப்பமாக இருக்கும்.

இவை போலப் பல திறமைகள் ஒருவரிடமே குவிந்திருப்பது அபூர்வம் அல்லவா? இத்தனை பெருமைக்கும் சொந்தக் காரராக இருப்பவர் இனியா என்ற 5 ஆம் வகுப்புப் படிக்கும் 10 வயதே நிரம்பிய சிறுமி.

தஞ்சாவூர் ஜே.ஜே.நகரை சேர்ந்த கு.ராமகிருஷ்ணன், ரேவதி தம்பதியினரின் ஒரே மகள்தான் இனியா.

இனியா வரைந்த ஓவியங்கள் பல பத்திரிகைகளிலும் வெளி யாகியிருக்கின்றன.

பள்ளிப் படிப்பில் எப்போதும் முன்னணி மாணவியாகத் தேர்ச்சி பெற்றுத் திகழும் இனியா ஓவியப் போட்டி, ஹேண்ட் ரைட்டிங் மற்றும் ஸ்பெல்லிங் போட்டி போன்ற பல்வேறு போட்டிகளில் கலந்துகொண்டு பரிசுகளைக் குவித்திருக்கிறார். குழந்தைப் பருவத்தில் இருந்தே மேடைப் பேச்சுகளிலும் மிகுந்த ஆர்வம் கொண்டவர்.

ஒன்றாம் வகுப்பு படிக்கும் போது, பள்ளி ஆண்டுவிழா மேடையில் செல்போன் அதிக நேரம் பயன்படுத்துவதால் ஏற்படும் பாதிப்புகள் குறித்து ஆங்கிலத்தில் பேசி பலரது பாராட்டுகளையும் பெற்றார். தமிழ் மொழியின் சிறப்புகள், மரங்கள் வளர்ப்பின் அவசியம், சிறுதானியங்களின் மகத்துவம் உள்ளிட்ட பல்வேறு தலைப்பு களிலும் பேசிக் கவனம் ஈர்த்துள்ளார். இவர் வரைந்த ஓவியங்கள் பிரபல நாளிதழ்களில் வெளியாகியுள்ளன.

4-ம் வகுப்பு படித்தபோது 40 நொடிகளில் 60 தமிழ் இலக்கிய நூல் களின் பெயர்களைக் கூறிச் சாதனை புரிந்த இனியாவுக்குத் தமிழ்நாடு பள்ளிக் கல்வித் துறை அமைச்சர், மாவட்ட ஆட்சியர், சட்டமன்ற உறுப்பினர்கள் உள்ளிட்ட பலரும் அரசு விழா மேடையில் பொன்னாடை போர்த்திப் பாராட்டுத் தெரிவித்தனர். அப்போதைய தமிழ் வளர்ச்சித் துறை அமைச்சர் தங்கம் தென்னரசு, நாடாளு மன்ற உறுப்பினர் தமிழச்சி தங்கபாண்டியன், அப்போதைய தெலுங்கானா ஆளுநர் தமிழிசை சவுந்தரராஜன் ஆகியோரும் இனியாவுக்கு வாழ்த்து தெரிவித்து ஊக்கப்படுத்தினர்.

தற்போது 5-ம் வகுப்பு படிக்கும் இனியா தன்னுடைய சொந்தக் கற்பனையில் ஆங்கில மொழியில் எழுதிய 12 நீதி நெறிக் கதைகளை தொகுத்துப் புத்தகமாக வெளியிட்டிருக்கிறார். இந்தச் சிறுவயதில் நீதிநெறிப் புத்தகம் எழுதிச் சாதனை படைத்த உலகின் முதல் சிறுமி இனியாவாகத்தான் இருக்கக்கூடும் என பலராலும் போற்றப்படு கிறார்.

கதைகளுக்கான ஓவியங்களையும் இவரே தீட்டியிருக்கிறார். இந்த சாதனைக்குச் சிறு வயது முதலே கதைகளைக் கேட்கும் ஆர்வம் இவருக்கு இருந்ததுதான் காரணம். பெற்றோரின் ஊக்கமும் இவருக்குத் துணை நின்றிருக்கிறது.

இனியாவின் இந்தச் சிறுகதைத் தொகுப்புக்கு Iniya's stories என்று பெயர். இந்த நூல் குறித்துப் பாராட்டுரை வழங்கியிருக்கும் தமிழக அரசின் முன்னாள் தலைமைச் செயலாளர் திரு.வெ.இறையன்பு IAS அவர்கள், 'இனியாவின் மொழி எளிமையானது; எழுத்து நடை இனிமையானது; ஒவ்வொரு கதையின் முடிவிலும், அதன் மூலம் தான் சொல்ல வந்த நீதியையும் எடுத்துக் கூறி இருக்கிறாள்' எனப் பாராட்டியிருக்கிறார்.

இனியாவின் சாதனையை உள்ளூர் காவல் துறை அதிகாரிகள் முதற் கொண்டு பலரும் பாராட்டி வருகின்றனர். தஞ்சாவூர் மக்களுக்கோ தங்கள் மண்ணின் மகள் இப்படி உயர்ந்திருப்பது மிகவும் பெருமை! பல அமைப்புகளும் பாராட்டி மகிழ்கின்றன.

மேன்மேலும் பல புத்தகங்கள் எழுதுவதும், ஐஏஎஸ் அதிகாரியாக ஆகவேண்டும் என்பதும்தான் இனியாவின் லட்சியங்கள்.

மிக இளம் வயதிலெயே நிகழ்த்தியிருக்கும் இனியாவின் சாதனையை கின்னஸ் சாதனைப் புத்தகத்தில் இடம் பெறச் செய்யும் முயற்சி களும் நடந்து வருகின்றன.

சிறுமி இனியாவை அலைபேசி மூலம் நேர்காணல் செய்தோம் :

இனியா, உன்னுடைய பொழுதுபோக்குகள் என்ன?

புத்தகம் வாசித்தல், ஓவியம் வரைதல், பாட்டுப் பாடுதல், செல்லப் பிராணிகளுடன் விளையாடுதல்.

அப்பா, அம்மா உன்னை எப்படியெல்லாம் ஊக்குவிக்கிறார்கள்?

என் பெற்றோர் கோடை விடுமுறையில் நிறையக் கதைப் புத்தகங்கள் வாங்கிக் கொடுத்தார்கள். அவற்றைப் படிக்கும்போது எனக்கும் புத்தகம் எழுத வேண்டும் என்ற எண்ணம் தோன்றியது. இதை அம்மாவிடம் கூறினேன். நான் கதை எழுத, என் அம்மாவும்

ஊக்கப்படுத்தினார்கள். கதைகள் நன்றாக இருந்தால் புத்தகமாகப் போடலாம் என்றார்கள். நான் நன்றாக ஓவியம் வரைவதால் கதைக்கு ஏற்ற ஓவியத்தையும் என்னையே வரையச் சொன்னார்கள்.

இனியாக் குட்டிக்கு சாப்பிட எது ரொம்பப் பிடிக்கும்?

எனக்கு ஹோட்டல் சாப்பாடு பிடிக்காது. வீட்டுச் சாப்பாடுதான் பிடிக்கும். சப்பாத்தி, நூடுல்ஸ், சில்லி சப்பாத்தி, பொங்கல் இதெல்லாம் ரொம்பப் பிடிக்கும்.

என்ன புத்தகங்களை விரும்பிப் படிப்பாய்?

ஜடக்கா டெயில்ஸ், அஷோப்ஸ் ஃபேபல்ஸ், தென்னாலி ராமன் கதைகள், ஹாரிபாட்டர் புத்தகங்கள், பஞ்ச தந்திரக் கதைகள்.

யாரைச் சந்திக்க ஆவல்?

இந்தியப் பிரதமர், தமிழக முதல்வர் ஆகியோரைச் சந்திக்க வேண்டும் என்பது என் ஆசை.

'இனியா! இனியெல்லாம் நலமே!' என வாழ்த்தி இனியாவிடமிருந்து விடைபெற்றோம்.

35. ஹேமலதா ஸ்ரீனிவாசன்

போட்டிகளில் வெல்வதே பொழுதுபோக்கு!

பத்திரிகைகள், தொலைக்காட்சிகள், பண்பலை வானொலிகள், இணையம் எனப் பலவற்றிலும் பல விதமான போட்டிகளை நடத்து கிறார்கள் அல்லவா? பலரும் அவற்றை சாதாரணமாகக் கடந்து சென்றுவிடுவார்கள். ஆனால் அந்த வகையான போட்டிகளில் கலந்து கொள்வதையே தமது பொழுதுபோக்காகக் கொண்டிருப் பவர் ஹேமலதா ஸ்ரீனிவாசன்.

கலந்து கொள்வது மட்டுமல்ல; அவற்றில் எண்ணற்ற பரிசுகளை யும் பெற்றிருக்கிறார். சில பரிசுகள் பிரம்மாண்டமானவை; லட்சக் கணக்கில் ரொக்கம், வெளிநாட்டுச் சுற்றுலாக்கள், திரையுலக உச்ச நட்சத்தரங்களின் நட்பு என அவர் பெற்றிருக்கும் பரிசுகள் ஏராளம்.

தமக்கு எப்படி இந்த ஆர்வம் வந்தது என்பதைப் பற்றியும், இது போன்ற போட்டிகளில் இல்லத் தலைவிகள் பலரும் கலந்து கொண்டு எளிதில் பரிசுகளை வெல்வது எப்படி என்பது பற்றியும் பல டிப்ஸ்களை வழங்கியிருக்கிறார் அவர்.

'நான் பிறந்து வளர்ந்தது மதுரையில். B.Com முடித்த பின் இரண்டு வருடம் கழித்து, 22ஆவது வயதில் வங்கி வேலை கிடைத்து சென்னைக்கு வந்தேன்.

ஒரு பெண், ஒரு ஆண் என எனக்கு இரு குழந்தைகள். அவர்களை வளர்க்க நாற்பது வயதில் வேலையை ராஜினாமா செய்தேன்.

என்னைப்போல் குடும்பத்துக்காக வேலையை விட்டவர்களும் ஆரம்பத்திலிருந்தே வேலைக்குப் போகாத பெண்களும், குற்ற உணர்ச்சி இல்லாமல் நம்மை சுறுசுறுப்பாகவும் எங்கேஜ்டு ஆகவும் வைத்துக் கொண்டு பொழுதுபோக்கவும் வீட்டில் இருந்தே அதில் வருமானம் பெறவும் பல வழிகள் உள்ளன.

சுறுசுறுப்பாகவே இருந்த என்னால் வீட்டில் சும்மா இருக்க முடியவில்லை.

கணினி கோர்ஸ் ஒன்று நான்கு மாதங்கள் பயின்றேன். யோகா வகுப்பில் சேர்ந்தேன். எங்கள் காலனி மாதர் சங்கத்தில் செயலாளராக இரண்டு வருடங்கள் பிஸியாக இருந்தேன்.

FM ரேடியோக்களில் போட்டிகளில் பங்கேற்று ஆயிரக்கணக்கில் பரிசுகள் வென்றிருக்கிறேன்.

அவை எனக்குப் பொழுதுபோக்கு மட்டுமல்லாது நிறைய நண்பர்களையும், புதுப் புது அனுபவங்களையும் பெற்றுத் தந்தன.

நிறையத் தொலைக்காட்சி நிகழ்ச்சிகளிலும் கலந்து கொண்டு பரிசுகள் வென்றதோடு, அண்ணாந்து பார்த்தவர்களை அருகில் பார்க்கும் வாய்ப்புகளும் கிடைத்தன. பல நிகழ்ச்சிகளில் என் குடும்பத்தாரும் நண்பர்களும் கலந்து கொண்டனர்.

உதாரணத்துக்கு, ஜெயா டிவி ஜாக்பாட் நிகழ்ச்சியில் இருமுறை கலந்து கொண்டதில் 2002ஆம் ஆண்டு, குஷ்பூ உடனும் பத்து வருடங்களுக்குப் பின் 2012ல் சிம்ரனுடனும் அளவளாவும் வாய்ப்புக் கிடைத்தது.

2006ஆம் ஆண்டில், சன் டிவியில் தங்க வேட்டை நிகழ்ச்சி மூலம் 106 கிராம் தங்கம் வென்றதோடு ரம்யா கிருஷ்ணனுடன் பேசும் வாய்ப்பும் கிடைத்தது.

‘வாணி ராணி’ தொடர் சம்பந்தமான போட்டியில் வென்று, ராதிகாவுடன் கலந்துரையாடலில் கலந்து கொள்ளும் வாய்ப்புப் பெற்றேன்.

சன் டிவியின் ‘தாயா தாரமா’ நிகழ்ச்சியில் இரண்டு லட்சம் ருபாய் வென்றதோடு பொது அறிவுக் கேள்விகளுக்குப் பதிலளித்த திருப்தியும் கிடைத்தது.

நிறையக் கவிதைகள், கட்டுரைகள், துணுக்குகள் எழுதிய அவை பல பத்திரிகைகளிலும் பிரசுரமானபோது நான் அடைந்த ஆனந்தத்தை வார்த்தைகளில் வடிக்க முடியாது.

ஒருமுறை திரு.ராஜேஷ் குமார் ஆனந்த விகடனில் எழுதிய தொடர்கதைக்கு முடிவை யூகிக்கும் போட்டியில் பங்கேற்று, வென்று, கோயம்புத்தூர் சென்று அவருடனும் அவர் மனைவி யுடனும் கலந்துரையாடவும் ஸ்டார் ஹோட்டலில் உணவருந்தவும் வாய்ப்புப் பெற்றேன்.

என் மருமகள் ஜோதிகாவின் அதி தீவிர ரசிகை. அவள் ஆசையை நிறைவேற்றும்படி விகடனுக்கு நான் எழுதினேன். மருமகளுக்காக மாமியார் பரிந்துரைத்தது வித்தியாசமாக இருந்ததால் விகடன் என் ஆசையை நிறைவேற்றியது. நடிகர் சிவகுமாரின் 75ஆவது பிறந்தநாள் கொண்டாட்டத்தில் நாங்கள் கலந்து கொண்டு, ஜோதிகா மட்டு மின்றி அவரின் மொத்தக் குடும்பத்தாருடனும் புகைப்படம் எடுத்துக் கொண்டோம். இரு நாட்களுக்குப் பின் ஜோதிகா வீட்டிற்கு என் மகனும் மருமகளும் சென்று உரையாடி, செல்ஃபி எடுத்து மகிழவும் முடிந்தது.

ஒரு முறை சக்தி மசாலாவும் 2D என்டர்டெயின்மென்ட் நிறுவனமும் தோழிகளுடன் சமைத்த அனுபவத்தை 100 வார்த்தைகளில் எழுதச் சொல்ல, நான் என் தோழிகளுடன் கலந்து கொண்டேன். பங்கேற்ற மூன்று தோழிகளுக்கும் நான்கு நாட்கள் பைசா செலவில்லாமல் சிங்கப்பூர் சென்று வர முடிந்தது.

என் மகளுக்கும் மகனுக்கும் தமிழ் மற்றும் ஆங்கிலத்தில் பேச்சுப் போட்டி, கட்டுரைப் போட்டிகளுக்கு எழுதிக் கொடுத்து மாநில

அளவிலும், பள்ளிகளுக்கு இடையேயும் பல பரிசுகள் வாங்க உதவி இருக்கிறேன்.

இவை போன்றவற்றுக்காக மெனக்கெடுதல் ஒரு சுகம்; கலந்து கொள்வதில் ஒரு திரில்; பணமும் பரிசுகளும் வருமானம்; நம் மேல் நமக்கே ஒரு நன்மதிப்பு. வெட்டி அரட்டையிலும் டிவி அழுவாச்சி சீரியல்களிலும் பொழுதை வீணாக்காமல் நேரத்தை உபயோக மாகக் கழித்தோம் என்ற மனத் திருப்தி. பெண்களால் முடியாது என்று பேசும் வாய்களுக்கு ஒரு பூட்டுப் போட முடிந்ததால் ஏற்படும் தன்னம்பிக்கை இப்படிப் பல நன்மைகள் போட்டிகளில் பங் கெடுப்பதால் இல்லத்தரசிகளுக்குக் கிடைக்கின்றன.

குடும்ப விழாக்களிலும் பொது இடங்களிலும் நம்மைப் பார்ப் பவர்கள், 'கொஞ்ச நாட்களாக நீங்க டிவில வரலையே?' என்று கேட்கும்போது அந்த அங்கீகாரத்தால் ஏற்படும் புத்துணர்ச்சி வேற லெவல்.

இவற்றில் கவனம் செலுத்துவதால் வீட்டு வேலைகள், தினசரி அலுவல்கள் பாதிக்கப்படாமல் பார்த்துக் கொள்ள வேண்டும். நம் ஆரோக்கியத்திலும் அலட்சியம் கூடாதென்பதால் தினமும் காலை அரை மணி நேரம் நடைப் பயிற்சி, காலையும் மாலையும் ஒரு மணி நேரம் யோகா ஆகியவை செய்கிறேன்.

சுலோகம் வகுப்புகளுக்குச் சென்று அடிக்கடி எல்லோரும் ஒன்று கூடிப் பாராயணம் செய்து பக்தியையும் வளர்க்கிறோம்.

சில சமயம் குடும்பத்தாருடனும், சில சமயம் தோழிகளுடனும் மூன்று மாதத்துக்கு ஒருமுறையேனும் உள் நாட்டுப் பயணங்களும் வருடத்துக்கு ஒருமுறையேனும் வெளிநாட்டுப் பயணமும் செய்கிறோம். அதன் மூலம் பல இடங்களையும், பல சீதோஷ்ணங் களையும் ரசிப்பதுடன் பயணத்தின் மூலம் பல நண்பர்களைப் பெற முடிகிறது.

மற்ற பெண்களுக்கு நான் கொடுக்கும் டிப்ஸ் என்னவென்றால், இந்த மாதிரி விஷயங்களில் நம்மை ஈடுபடுத்திக் கொள்ளும்போது தயக்கத்தையும் பயத்தையும் தவிர்த்து ஸ்போர்ட்டிவ்வாக,

ஜாலியாக மனதைத் தயார் செய்து கொள்ள வேண்டும். பரீட்சை எழுதப் போவது போன்ற டென்ஷனோ, மற்றவர்கள் நம்மைப் பற்றி என்ன நினைப்பார்களோ என்ற படபடப்போ தேவையில்லை.

இதுபோன்ற நிகழ்வுகளை பிற்காலத்தில் நினைத்துப் பார்க்கும் போது ஏற்படும் ஆனந்தம் தனி ரகம்.

'அரிது அரிது மானிடராய்ப் பிறத்தல் அரிது. வாழ்க்கை வாழ் வதற்கே.

வாழும்போது நாமும் மகிழ்ந்து பிறரையும் மகிழ்விப்போம்.'

என்ன இல்லத்தரசிகளே... இனிமேல் நீங்களும் எல்லாப் போட்டி களிலும் கலந்து கொண்டு பரிசுகளைக் குவிக்கத் தயார்தானே?

36. இளவேனில் வாலறிவன்

துப்பாக்கி சுடும் வீராங்கனை

துப்பாக்கி சுடுதலில் ‘இந்தியாவின் தங்க மங்கை’ எனப் புகழப்படுபவர் இளவேனில் வாலறிவன். இவர் கடலூரைச் சேர்ந்தவர். 02.08.1999 அன்று பிறந்தவர். இவர் தற்போது குஜராத்தில் உள்ள அஹமதாபாத் நகரில் வசிக்கிறார்.

பன்னாட்டுத் துப்பாக்கிச் சூட்டு விளையாட்டு அமைப்பின் சார்பில் நடத்தப்பட்ட 2019ஆம் ஆண்டு சர்வதேச துப்பாக்கி சுடும் போட்டி யில் இந்தியாவுக்குத் தங்கக் கோப்பையைப் பெற்றுத் தந்தவர்.

2018ஆம் ஆண்டு ஆஸ்திரேலியாவில் உள்ள சிட்னி நகரில் நடை பெற்ற ஜூனியர் உலகக் கோப்பைப் பந்தயத்திலும் தங்கப் பதக்கத்தை வென்றிருக்கிறார். 2019ஆம் ஆண்டு சர்வதேசப் பல்கலைக்கழகப் போட்டி இவருக்கு வெள்ளிப் பதக்கம் அளித்தது.

2019 ஆண்டு, பிரேஸில் நாட்டு ரியோடி ஜெனிரோ நகரில் நடைபெற்ற உலகக் கோப்பைப் போட்டியிலும் இந்தியாவுக்குத் தங்கப் பதக்கம் வாங்கிக் கொடுத்திருக்கிறார். அப்போது அவர் கலந்து கொண்ட போட்டி 10 மீட்டர் ஏர் ரைஃபிளால் சுடும் போட்டி ஆகும்.

ஜெர்மன் நாட்டு மியூனிச் நகரில் நடைபெற்ற 10 மீட்டர் துப்பாக்கி சுடும் போட்டியில் நான்காவதாக வந்திருக்கிறார்.

இவர் 2018 ஆம ஆண்டு ஜூனியர்களுக்கான இரண்டு உலகக் கோப்பைப் போட்டிகளில் தங்கம் மற்றும் வெள்ளி பெற்றிருக் கிறார்.

இளவேனிலுக்கு ஃபெடெரேஷன் ஆஃப் இந்தியன் சேம்பர்ஸ் ஆஃப் காமர்ஸ் அண்ட் இண்டஸ்ட்ரி (Federation of Indian Chambers of Commerce and Industry) விருது 2020ஆம் ஆண்டு கிடைத்திருக்கிறது.

சீனாவின் சிச்சுவான் மாகாணத்தின் தலைநகரான செங்டு என்னும் நகரில் 2023ஆம் ஆண்டு, ஜூலை 28ஆம் தேதி முதல் ஆகஸ்ட் 8ஆம் தேதி வரை, International University Sports Federation - FISU என்ற அமைப்பின் மூலம், 'சர்வதேசப் பல்கலைக்கழக விளையாட்டு 2023' போட்டிகள் நடைபெற்றன. இந்தியா சார்பாகவும் பல வகையான போட்டிகளில் பங்கேற்க ஆசிய அளவிலான போட்டிகள் மற்றும் காமன்வெல்த் போட்டிகளில் பங்கேற்ற பலரும் கலந்து கொண்டனர். அதில் இளவேனில் வாலறிவனும் ஒருவர்.

உலகப் பல்கலைக்கழகங்களுக்கு இடையேயான மேற்படி நிகழ்வில், மகளிருக்கான 10 மீட்டர் ஏர் ரைஃபிள் போட்டியில், 252.5 புள்ளிகளைப் பெற்று இளவேனில் வாலறிவன் தங்கம் வென்றிருக்கிறார். இந்தியாவுக்கான முதல் பதக்கம் இது.

கடந்த 2019ஆம் ஆண்டு இதே தொடரில் இளவேனில் தனிப் பிரிவில் வெள்ளிப் பதக்கமும் இந்திய அணிக்காக வெண்கலப் பதக்கமும் வென்றிருக்கிறார் என்பதும் குறிப்பிடத்தக்கது.

இளமைப் பருவத்தில் இருந்தே இவருக்கு துப்பாக்கி சுடுவதில் நாட்டம் இருந்தது. 'கன்ஸ் ஃபார் குளோரி அகாடமி' (Guns for Glory Academy) என்னும் பயிற்சி நிறுவனத்தில் சேர்ந்து, துப்பாக்கி சுடும் பயிற்சிகளை மேற்கொண்டார். இந்தப் பயிற்சி நிலையத்துக்கு ராஷ்ட்ரிய கேல் ப்ரோட்சஹான் புரஸ்கார் (Rashtria Khel Protsahan Puraskaar) என்ற விருது 2019ஆம் ஆண்டு கிடைத்திருக்கிறது. இந்த அமைப்பின் நிறுவனர், 2012ஆம் ஆண்டு லண்டனில் நடந்த போட்டிகளில் தங்கம் வென்ற காகன் நராங் ஆவார்.

இளவேனிலுக்கு காகனின் மேற்பார்வையில் நேஹா சவான் என்பவர் பயிற்சியளித்தார். பயிற்சியின் போதே குழுக்களுக்குள் நடைபெற்ற போட்டியில் முதன் முதலாகப் பதக்கம் பெற்றார்.

ஆங்கில இலக்கியத்தில் இளங்கலைப் படிப்பை முடித்திருக்கிறார். புத்தகங்கள் படிப்பதும் கார் ஓட்டுவதும் மிகவும் பிடிக்கும். பேட்மின்டன் விளையாட்டிலும் தேர்ச்சி பெற்றிருக்கிறார். இவரது தந்தை வாலறிவன் ருத்ராபதி இந்தியன் இன்ஸ்டிட்யூட் ஆஃப் டெக்னாலஜியில் படித்தவர். விஞ்ஞானியாகப் பணிபுரிகிறார். தாயார் சரோஜா வாலறிவன் ஆசிரியையாக உள்ளார். சகோதரர் இறைவன் இந்திய ராணுவத்தில் கேப்டனாக இருக்கிறார்.

இளவேனிலுக்குக் குழந்தைப் பருவத்திலிருந்தே விளையாட்டின் மீது பேரார்வம் இருந்தது. துப்பாக்கி சுடுவதில் ஈடுபடுவதற்கு முன்னர் நெடுந்தொலைவு ஓடும் ஓட்டக்காரராகவும், தடகள வீரராகவும் இருந்திருக்கிறார். இவரது ஒன்று விட்ட சகோதர் ஒருவர் மூலம்தான் துப்பாக்கி சுடும் பந்தயங்கள் பற்றி இவர் அறிந்து கொண்டார்.

ஆரம்பத்தில் விளையாட்டாகத்தான் துப்பாக்கி சுடும் பயிற்சியை மேற்கொண்டிருக்கிறார். ஜூலை 2014க்குப் பிறகுதான் முழு நேரப் பயிற்சியாளராக மாறி இருக்கிறார்.

'என்னுடைய தேர்வு எதுவாக இருந்தாலும் பி.ஹெச்டி. பட்டம் பெற்ற எனது பெற்றோர் இருவரும் எனக்கு அதில் பெருமளவு ஊக்கம் அளித்தனர். எனது சகோதரனும் எனக்கு மிகவும் உற்சாகம் அளிக்கிறார்' என்று பெருமையோடு சொல்கிறார் இளவேனில்.

2015ஆம் ஆண்டு இளவேனில் பத்தாம் வகுப்புப் பொதுத் தேர்வு எழுத வேண்டியிருந்தது. அப்போது படிப்புக்கும் துப்பாக்கி சுடும் பயிற்சிக்கும் நேரத்தைப் பங்கிட்டு அளிக்கும் நிலைக்கு ஆளானார். அதிகாலையில் எழுந்து பயிற்சிக்குப் போய்விடுவார். அதன் பின்னர் பள்ளி, பின்பு மாலையில் மறுபடியும் பயிற்சி என பம்பரமாய்ச் சுழன்றிருக்கிறார் இளவேனில்.

அவரது பயிற்சி நிலையத்துக்கும் வீட்டுக்கும் இடையே 25 கி.மீ. தூரம் இருக்கும். தினசரி காலையில் 4.30க்கு எழுந்து, 5.30 மணிக்கெல்லாம் பயிற்சிக்கு வந்து விடுவார். மாலையில் பள்ளி முடிந்ததும் பயிற்சிக்கு வருபவர், இரவு 8.30 வரை பயிற்சி மேற்கொள்வார்.

பந்தயங்களில் கலந்து கொள்ளும்போது மிக முக்கியமான விஷயம், சூழ்நிலை நமக்குச் சாதகமாக இல்லாதபோது பொறுமை காக்க வேண்டும் என்பதுதான் என்பது இளவேனிலின் அனுபவபூர்வமான கருத்து.

இளவேனிலின் தாயார் சரோஜா நேர்காணல் ஒன்றில் இப்படிச் சொல்கிறார்:

'இளவேனில் அதிகாலை 5.30 மணியிலிருந்து இரவு 9 மணி வரை சோர்வில்லாமல் சுழலுவாள். ஒரு நாள்கூட எதைப் பற்றியும் ஒரு முறைகூட என்னிடம் புகார் சொன்னதில்லை; அவள் சலிப்படைந் ததும் இல்லை. பெற்ற வெற்றிகளால் ஒரு போதும் அவள் தலைக் கனம் கொண்டதேயில்லை. விடாமுயற்சியால் மேன்மேலும் தங்கங்களை இந்தியாவுக்காக அவள் குவிப்பாள்.'

இளவேனில் வாலறிவனுக்கு நம் மனப்பூர்வமான வாழ்த்துக்கள்!

37. கேப்டன் சுப்ரீதா CT

சியாச்சின் பகுதியில் பணியாற்றிய முதல் பெண் ராணுவ அதிகாரி

உலகின் மிக உயரமான போர்க்களமான சியாச்சின் பனிப் பாறைப் பகுதியில் பணியாற்றிய இந்திய ராணுவ வான் பாதுகாப்புப் படையின் முதல் பெண் அதிகாரி என்ற பெருமையை கேப்டன் சுப்ரீதா CT படைத்துள்ளார்.

தனது அர்ப்பணிப்பு மற்றும் விடாமுயற்சியை வெளிப்படுத்தி, ஒரு மாத காலக் கடுமையான பயிற்சியை முடித்த பிறகு அவர் இந்தப் பகுதியில் பணிபுரிய நியமிக்கப்பட்டிருக்கிறார். 2021 ஆண்டு, இந்திய இராணுவத்தில் லெஃப்டினன்டாக சுப்ரீதா சேர்ந்தார், பல சாதனை களையும் அவர் படைத்திருக்கிறார்.

அவர் லடாக்கின் காரகோரம் மலைத்தொடரில் சுமார் 20,000 அடி உயரத்தில் அமைந்துள்ள சியாச்சின் பனிப் பாறைப் பகுதியில் பணியமர்த்தப்பட்டுள்ளார். இவரது கணவர் ஜெர்ரி பிளேஸ் என்பவரும் ஒரு ராணுவ வீரர்தான். மேஜராகப் பணிபுரிகிறார்.

சுப்ரீதாவுக்கு இன்னொரு பெருமையும் உண்டு. புது டெல்லியில் நடைபெற்ற 75ஆவது குடியரசு தின அணிவகுப்பில் இந்திய ராணுவ ஜோடியான மேஜர் ஜெர்ரி பிளேஸ் மற்றும் சுப்ரீதா ஆகிய

இருவரும் கலந்து கொண்டனர். கார்த்தவ்யா பாதையில் இருவரும் மிடுக்காக அணிவகுப்பில் பங்கேற்றனர்.

ராணுவத்தில் பணிபுரியும் கணவன் மனைவி இருவரும் குடியரசு அணிவகுப்பில் ஒன்றாகக் கலந்து கொண்டது இதுவே முதல் முறையாகும். கல்லூரிக் காலத்தில் இருவரும் என்சிசி (National Cadet Corps) யில் இருந்திருக்கின்றனர்.

கேப்டன் சுப்ரீதாவுக்கு சொந்த ஊர் மைசூரு. சட்டம் பயின்றவர். படித்தது அங்கே இருக்கும் ஜேஎஸ்எஸ் சட்டக் கல்லூரியில். நீலகிரி மாவட்டத்தில் இருக்கும் வெலிங்டனைச் சேர்ந்தவர் மேஜர் ஜெர்ரி பிளேஸ். இவர் பட்டப் படிப்பை பெங்களூருவில் இருக்கும் ஜெயின் பல்கலைக்கழகத்தில் முடித்திருக்கிறார். இருவரும் வசிப்பது டெல்லியில்.

மேஜர் ஜெர்ரி பிளேஸ் மெட்ராஸ் ரெஜிமென்டைச் சேர்ந்தவர். கேப்டன் சுப்ரீதா ராணுவப் போலீஸ் படையின் ஓர் அங்கமாக இருப்பவர். 2023ஆம் ஆண்டு, இவர்கள் இருவருக்கும் திருமணம் ஆனது.

இருவரும் அணிவகுப்பில் கலந்துகொள்வது தற்செயலாக நடந்தது என்கின்றனர். முதலில் சுப்ரீதா அவரது படைப் பிரிவில் இருந்து தேர்ந்தெடுக்கப்பட்டிருக்கிறார். அதைத் தொடர்ந்து ஜெர்ரி பிளேஸ் அவரது பிரிவில் இருந்து தேர்வாகியிருக்கிறார். இந்த நிகழ்ச்சி தங்களுக்கு மிகவும் பெருமையளிப்பதாக இருவரும் சொல்கின் றனர். குடும்பத்தினருக்கும் இது மிகவும் பெருமையளிக்கிறது என்கின்றனர்

சுப்ரீதா பணியாற்றும் சியாச்சின் பனிப்பாறைப் பகுதியில் வெப்பம் -50°Cக்கும் குறைவாக இருக்கும். காற்றின் வேகம் மணிக்கு 100 கி.மீ. வரை வீசும். மிகக் கடுமையான தட்ப வெப்ப நிலையில் சவால்களைச் சமாளித்துப் பணியாற்றுகிறார் இந்த வீர மங்கை.

கேப்டன் சுப்ரீதாவின் சாதனை பலருக்கும் தூண்டுகோலாக இருக் கிறது. குறிப்பாக இந்திய ராணுவத்தில் சேர்ந்து, நாட்டுக்காக சேவை செய்ய நினைக்கும் இளம்பெண்களுக்கு சுப்ரீதா ஒரு ரோல் மாடலாகவே திகழ்கிறார்.

38. மனு பாக்கர்

2024 பாரிஸில் நடந்த ஒலிம்பிக் போட்டிகளில்
முதல் பதக்கம் பெற்ற இந்திய வீராங்கனை

பாரிஸ் நகரில் நடைபெறும் ஒலிம்பிக் போட்டிகளில் கலந்து கொண்டு 28.07.2024 அன்று இந்தியாவுக்கான முதல் வெண்கலப் பதக்கத்தைப் பெற்றுக் கொடுத்திருக்கிறார் 22 வயது நிரம்பிய மனு பாக்கர்.

பாரீஸ் நகரில் உள்ள சாட்யூரோக்ஸ் துப்பாக்கிச் சுடுதல் மையத்தில் (Chateauroux Shooting Centre) நடைபெற்ற பெண்களுக்கான 10 மீட்டர் ஏர் பிஸ்டல் இறுதிப் போட்டியில் மூன்றாவது இடத்தைப் பிடித்த பிறகு, ஒலிம்பிக் துப்பாக்கிச் சுடுதல் போட்டியில் பதக்கம் வென்ற முதல் இந்தியப் பெண் வீராங்கனை என்ற பெருமைக்குச் சொந்தக்காரர் ஆகியிருக்கிறார்.

இவர் 2020ஆம் ஆண்டு டோக்கியோவில் நடைபெற்ற ஒலிம்பிக் போட்டிகளிலும் கலந்து கொண்டிருக்கிறார். ஒலிம்பிக் போட்டி களில் கலந்து கொள்வது அதுவே அவருக்கு முதல் முறை. ஆனால் அவரால் இறுதிச் சுற்றில் நுழைய முடியவில்லை.

'டோக்கியோ நினைவுகள் மிகவும் கசப்பானவை. என் திறமை மீது எனக்கே அப்போது நம்பிக்கை இல்லை. வென்றே ஆக வேண்டும்

என்று எனக்கு நானே மிக அழுத்தம் கொடுத்துக் கொண்டேன். ஆனாலும் நான் வெல்ல முடியவில்லை. எனக்கு மகிழ்ச்சியின்மை யையே அது கொடுத்தது' என நேர்காணல் ஒன்றில் மனு தெரிவிக் கிறார்.

ஆனால் பாரிஸ் ஒலிம்பிக்கில் வெண்கலம் வென்றதன் மூலம், புத்துணர்ச்சி கொண்டிருக்கிறார். தன்னுடைய அணுகுமுறையை மாற்றிக் கொண்டதன் மூலம் இதைச் சாதித்திருக்கிறார்.

'சவால்களை எதிர்கொள்ளும் அளவுக்கு நீங்கள் துணிச்சலோடு இருக்க வேண்டும். செத்துப் போய்விட முடியாது; சாதித்தே தீர வேண்டும்!' என்கிறார்.

அவரது விடாமுயற்சி மற்றும் அணுகுமுறை மாற்றம் ஆகியவற் றோடு, பயிற்சியாளர் ஜஸ்பால் ராணாவின் வழிகாட்டுதலுடன் இந்தச் சாதனை அவருக்கு வசப்பட்டிருக்கிறது.

பொதுவாகவே ஹரியானா மாநிலம் குத்துச்சண்டை மற்றும் மல்யுத்த வீரர்கள் பலரையும் அளித்துள்ளது. அங்கே பிறந்த மனுவுக்கும் இளம் வயது முதலே விளையாட்டில் தீவிர ஆர்வம் இருந்திருக்கிறது. ஸ்கேட்டிங், குத்துச் சண்டை, மணிப்புரி தற்காப்புக் கலையான ஹுயூயென் லேங்லான் போன்வற்றில் தீவிர ஆர்வம் கொண்டிருக்கிறார்; தேசிய அளவில் பரிசுகள் பலவும் பெற்றிருக்கிறார். இருப்பினும் துப்பாகி சுடுதலே அவருக்கு மிகுந்த புகழ் வெளிச்சத்தைக் கொடுத்திருக்கிறது. கடுமையான போட்டிக்கு இடையில் இதைச் சாதித்திருக்கிறார் மனு. தன்னுடைய அசாத்தியத் திறமை மற்றும் அசைக்க முடியாத உறுதியால் இந்த வெற்றி அவருக்குக் கிடைத்திருக்கிறது.

மனு பாக்கர் ஹரியானாவின் ஜாஜ்ஜார் மாவட்டத்தில் இருக்கும் கோரிஜா என்ற ஊரில் 18.02.2002 அன்று பிறந்தவர். இவரது தந்தை ராம் கிஷன் பாக்கர், மெர்ச்சன்ட் நேவியில் தலைமைப் பொறியாள ராகப் பணியாற்றுகிறார். தாயார் சுமிதா பேக்கர்; சகோதரன் அகில் பேக்கர். மனு டெல்லியில் இருக்கும் லேடி ஸ்ரீராம் பெண்கள் கல்லூரியில் படித்தவர்.

இவாரது தந்தை, 1,50,000 ரூபாய் செலவழித்து, துப்பாக்கி சுடும் போட்டிகளில் மனுவைப் பயிற்சி பெற வைத்திருக்கிறார்.

2017ஆம் ஆண்டு, ஏஷியன் ஜூனியர் சாம்பியன்ஷிப் என்ற சர்வ தேச அளவில் நடைபெற்ற போட்டிகளில் கலந்து கொண்டு வெள்ளிப் பதக்கத்தைத் தட்டிச் சென்றார் மனு.

அதே ஆண்டு, கேரளாவில் நடைபெற்ற தேசியப் போட்டிகளில், ஒன்பது தங்கப் பதக்கங்களையும் குவித்திருக்கிறார்.

2018ஆம் ஆண்டு, யூத் ஒலிம்பிக் போட்டிகளில் தங்கம் வென்றார்.

2021ஆம் ஆண்டு ISSF Junior World Championship போட்டியிலும் இவருக்குத் தங்கம் கிடைத்தது. இது தவிரப் பல்வேறு போட்டிகளில் கலந்துகொண்டு பரிசுகள் பலவற்றையும் வாங்கிக் குவித்திருக்கிறார்.

2020ஆம் ஆண்டு, விளையாட்டு வீரர்களை கௌரவித்து அளிக்கப் படும் மிக உயரிய விருதான, 'அர்ஜுனா அவார்ட்' இவருக்குக் கிடைத்திருக்கிறது.

பிரதமர் நரேந்திர மோடி, பாரிஸ் ஒலிம்பிக்கில் இவர் நிகழ்த்திய சாதனையைப் பாராட்டி, வாழ்த்துக்களை 28.07.2024 அன்று தொலைபேசியில் தெரிவித்திருக்கிறார்.

'உங்களுக்கு எனது இதயபூர்வமான வாழ்த்துக்கள். செய்தியைக் கேள்விப்பட்டதும் நான் மிகவும் மிகவும் மகிழ்ச்சி அடைந்தேன். வெறும் 0.1 புள்ளி அளவிலேயே வெள்ளிப் பதக்கத்தை நழுவ விட்டிருந்தபோதும், நீங்கள் பெற்றிருக்கும் வெற்றி, எங்கள் அனைவரையும் பெருமைப்படுத்தி இருக்கிறது. இந்த ஒலிம்பிக்ஸில் நீங்கள்தான் இந்தியாவுக்காக முதல் பதக்கம் பெறும் முதல் பெண். உங்களுக்கு வாழ்த்துக்கள்' எனத் தமது தொலைபேசிச் செய்தியில் கூறியிருக்கிறார்.

மேலும் அங்கே விளையாட்டு வீரர்களுக்கான வசதிகளைப் பற்றி யும் கேட்டறிந்திருக்கிறார். குடும்பத்தினருடன் மனு பேசினாரா என்றும் கேட்டிருக்கிறார். 'இன்னும் இல்லை. என் அறைக்குச் சென்றதும் பேசுவேன்' என மனு பதில் சொல்லியிருக்கிறார்.

உரையாடலுக்கு முன்னதாகத் தமது முகநூல் தளத்திலும் பிரதமர் மனுவைப் பாராட்டியிருக்கிறார்.

30.07.2024 அன்று மனு பாக்கர் இன்னொரு சாதனையையும் நிகழ்த்தியிருக்கிறார். கலப்பு இரட்டையர் பிரிவில், சரப்ஜோத் சிங் என்பவருடன் சேர்ந்து, 10 மீட்டர் ஏர் பிஸ்டல் துப்பாக்கி சுடும் போட்டியிலும் வெண்கலப் பதக்கம் வென்றிருக்கிறார்.

இவர் பல விதங்களிலும், 'முதல்' என்னும் சாதனைக்குச் சொந்தக்காரர்.

- 2004ஆம் ஆண்டு ஆசிய விளையாட்டுப் போட்டிகளில் சுமா ஷிரூர் பங்கெடுத்ததற்குப் பிறகு 20 ஆண்டுகள் கழித்து, ஒலிம்பிக் போட்டிகளில் துப்பாக்கி சுடும் பிரிவில் இறுதிச் சுற்றுக்கு வந்திருக்கும் முதல் இந்தியப் பெண்.
- ஒலிம்பிக் போட்டிகளில் ஏர் பிஸ்டல் துப்பாக்கி சுடும் போட்டியில் வென்ற முதல் இந்தியர்.
- சுதந்திரத்துக்குப் பிறகு, ஒலிம்பிக் போட்டிகளில் இரு பதக்கங்களை ஒரே வகையான போட்டிகளில் வென்ற முதல் இந்தியர்.
- இரட்டையர் பிரிவில் (சரப்ஜோத் சிங்குடன்) இணைந்து குழுப் போட்டிகளில் வெற்றிபெற்ற முதல் இந்தியர்.
- தனியாகவும் குழுவாகவும் போட்டியிட்டு இரண்டிலும் பதக்கம் வென்ற முதல் இந்தியர்.

இந்த வெற்றி மூலம் 12 ஆண்டு கால ஒலிம்பிக் சரித்திரத்தில் துப்பாக்கி சுடுதலில் இந்தியாவுக்கு ஏற்பட்டிருந்த வெற்றிடத்தை மனு நிரப்பியிருக்கிறார்.

39. உமா குமரன்
பிரிட்டன் நாடாளுமன்ற உறுப்பினராகியிருக்கும்
முதல் தமிழ்ப் பெண்

பிரிட்ஷ் நாடாளுமன்றத்தின் முதல் தமிழ்ப் பெண் உறுப்பினர் என்ற பெருமையைப் பெற்றிருப்பவர் உமா குமரன். இலங்கை வம்சாவளியைச் சேர்ந்தவர் இவர். பெற்றோர் இலங்கை ஜாஃப்னா பகுதியைச் சேர்ந்த தமிழர்கள். 1980களில் ஸ்ரீலங்காவில் உள் நாட்டுப் போர் உச்சத்தில் இருந்தபோது பிரிட்டனில் தஞ்சம் அடைந்தவர்கள். உமா பிறந்து வளர்ந்ததெல்லாம் கிழக்கு லண்டனில்தான்.

இவரது குடும்பமே தொழிற்சங்கங்களில் ஈடுபாடு கொண்டவர்கள் தாம். இவரது தாத்தா யாழ்ப்பாணத்தின் முதல் தொழிற்சங்கவாதி களில் ஒருவர். துப்புரவுத் தொழிலாளர்களுக்கு உரிமை கோரி, தொழிற்சங்க மறியல் போராட்டத்தில் ஈடுபட்டதற்காகத் தாத்தா வின் அப்பா, அவரை வீட்டை விட்டுத் தற்காலிகமாக வெளியேற்றி இருக்கிறார். இவரது இரு தாத்தாக்களுமே அரசு ஊழியர்கள்தான். பொதுச் சேவையில் பெரு விருப்பம் கொண்டவர்கள். தமக்கும் அதே உணர்வுகள் பாரம்பரியமாக உள்ளதென உமா கூறுகிறார்.

அரசியலில் இளங்கலைப் பட்டமும், பொதுக் கொள்கைப்

பாடத்தில் முதுகலைப் பட்டமும் லண்டனில் இருக்கும் குயின் மேரி பல்கலைக்கழகத்தில் பெற்றார்.

ரேடியோ நார்த்விக் பார்க் என்ற வானொலிச் சேவையில், தன்னார்வ மருத்துவமனை வானொலித் தொகுப்பாளராகவும் தயாரிப்பாளராகவும் இருந்தார். ஒலிபரப்பு மூலம் ஆரோக்கியம் மற்றும் நல்வாழ்வை உள்ளூர் சமூகத்தில் மேம்படுத்தும் பணி களைச் செய்தார்.

18 மாதங்களுக்கும் மேலாக தொழிலாளர் கட்சியின் தலைவர் கெய்ர் ஸ்டார்மரின் நாடாளுமன்ற விவகாரங்களுக்கான துணை இயக்குநராகவும் உமா இருந்திருக்கிறார்.

ஜூலை 4ஆம் தேதி நடைபெற்ற பிரிட்டன் பொதுத் தேர்தலில் 19,145 ஓட்டுக்கள் பெற்று, தமக்கு அடுத்தபடியாகப் போட்டியிட்ட வேட்பாளரைவிட 12,000 ஓட்டுகள் அதிகம் வாங்கி வெற்றியடைந் திருக்கிறார். தொழிலாளர் கட்சியின் சார்பில் ஸ்ட்ராட்ஃபோர்ட் அண்ட்பௌ என்ற தொகுதியில் போட்டியிட்டு, பிரிடிஷ் நாடாளு மன்றத்தின் கீழ் சபையான ஹவுஸ் ஆஃப் காமன்ஸ் (House of commons) என்பதற்கு உமா தேர்ந்தெடுக்கப்பட்டிருக்கிறார்.

இவர் தேர்வானது குறித்துத் தமிழ்நாடு முதலமைச்சர் தமது X பக்கத்தில், 'தமிழ்ச் சமுதாயத்துக்கே இது பெருமை' என வாழ்த்துக் களைத் தெரிவித்திருக்கிறார்.

ஒரு பத்திரிகைக்கு அளித்த பேட்டியில், 'பொருளாதாரம், வணிகம், கலை, கலாசாரம் மற்றும் பொதுச் சேவைகளில் பிரிட்டனுக்குத் தமிழர்களின் பங்களிப்பு மிக அதிகம்' என்று உமா குறிப்பிட்டிருக் கிறார்.

40. சுபிக்ஷா
98 மொழிகள் தெரிந்த அதிசயச் சிறுமி

ஒரு மொழி மட்டுமே பேசத் தெரிந்தவர்கள்தான் உலகில் அதிகம். தாய் மொழியுடன் கூடவே வேறு ஒரு சில மொழிகளையும் பேசுவதில் ஆர்வம் கொண்டவர்களும் உண்டு. ஆனால் மிக இளம் வயதிலேயே - 14 வயதிலேயே 98 மொழிகளைத் தெரிந்து வைத்திருக்கும் சிறுமி ஒருவரும் இருக்கிறார். அவர்தான் சுபிக்ஷா. இந்தக் கல்வியாண்டில் ஒன்பதாம் வகுப்புக்குச் செல்லவிருக்கிறார்.

இவரது தந்தை ஹேமந்த், வீட்டு உள் அலங்காரப் பணிகள் செய்து வருகிறார். குழந்தைப் பருவத்திலிருந்தே தமது மகள் பாடுவதில் விருப்பம் உள்ளவளாக இருந்தாள் என்கிறார்.

சுபிக்ஷா கற்றிருக்கும் மொழிகளில் பலவும் வெளிநாட்டு மொழிகள் என்பது கூடுதல் சிறப்பு - கூடுதல் வியப்பு!

தமிழ், ஆங்கிலம், ஹிந்தி, தெலுங்கு, மலையாளம், கன்னடம், பெங்காலி, பாஸ்தோ, அல்பேனியன், அரபிக், ஃப்ரெஞ்ச், ஸ்பானிஷ், போர்ச்சுக்கீஸ், டாங்கோ இப்படி அவர் கற்றிருக்கும் 98 மொழிகளின் பட்டியல் வெகு நீளமானது.

எப்படி இந்தத் திறமை அவருக்குச் சாத்தியமானது?

பல மொழிகளையும் இணையத்தில் கேட்பார்; அவற்றை உச்சரிக்கும் குறிப்புக்களை எடுத்துக்கொள்வார். மொழிகளைக் கற்க வேண்டும் என்ற ஆவலும், அதற்கான முறையான பயிற்சிகளைத் தொடர்ந்து மேற்கொண்டதாலுமே இது தமக்குக் கைவந்தது என்கிறார் சுபிக்ஷா.

கோவிட் லாக் டவுன் காலத்தில் இருந்துதான் இப்படிப் பல மொழிகளையும் கற்க ஆரம்பித்திருக்கிறார். அதற்கு முன்னர் உலகில் இவ்வளவு நாடுகள் இருக்கின்றன என்றும் அங்கேயெல்லாம் வசிக்கும் மக்கள் இப்படிப் பல வகையான மொழிகளைப் பேசிக் கொண்டிருக்கிறார்கள் என்றுகூடத் தனக்குத் தெரியாது என்கிறார் இவர். மற்ற மொழிகளைக் கற்பதோடு இசையிலும் மிக ஆர்வம் உண்டு இவருக்கு.

196 நாடுகளின் தேசிய கீதங்களை அட்சர சுத்தமாக, இனிமையான குரலுடன் இவர் பாடுவது கேட்பவர்களை ஆச்சரியத்தில் ஆழ்த்தும். இன்னும் பல நாடுகளின் மொழிகளையும் தேசிய கீதங்கங்களையும் கற்றுக் கொள்ள வேண்டும் என்பது இவரது லட்சியம். அதோடு அந்த மொழிகளில் தாமே பாடல்களை உருவாக்கவும் வேண்டும் என்கிறார் இவர். பி.சுசீலா, வாணி ஜெயராம், ஷ்ரேயாயா கோஷல் போலப் பிரபலப் பாடகியாக வேண்டும் என்பது இவரது கனவு.

புதுச்சேரி முதல்வர் உள்ளிட்ட பல அரசியல் தலைவர்கள் முன்னிலையும் பாடி அசத்தியிருக்கிறார். விரைவில் பொது மேடைகள் பலவற்றிலும் தமது திறமைகளை வெளிப்படுத்தும் ஆர்வத்தில் இருக்கிறார்.

சுபிஷாவின் கனவுகள் நிறைவேறட்டும்!

41. அனன்யா சிங்

22 வயதிலேயே ஐ.ஏ.எஸ். அதிகாரியான இளம்பெண்

ஐஏஎஸ் அதிகாரியாக வேண்டும் என்பது எண்ணற்ற இளைஞர்களது கனவு. அதற்கெனப் பல்லாயிரக்கணக்கில் கட்டணம் செலுத்தி, பயிற்சி நிறுவனங்களில் சேர்ந்து, இந்திய அரசு நடத்தும் யூபிஎஸ்சி தேர்வை எழுதினாலும் ஒரே தடவையில் தேர்ச்சி பெறுபவர்கள் மிகவும் குறைவு. ஆனால் பயிற்சி நிறுவனம் எதிலும் சேராமல் - பயிற்சிக் கட்டணம் எதுவும் செலுத்தாமல் - ஒரே தடவையில் - மிகக் கடினமானது எனக் கருதப்படும் ஐஏஎஸ் தேர்வில் வென்று சாதனை நிகழ்த்தியிருக்கிறார் 22 வயதே நிரம்பிய அனன்யா சிங்.

பிரயாக்ராஜ் (முன்னாள் அலஹாபாத்) நகரைச் சேர்ந்தவர் அனன்யா. பிரயாக்ராஜ் நகரில் இருக்கும் செயின்ட் மேரி கான்வென்ட் பள்ளியில் பயின்றவர் இவர். பத்தாம் வகுப்பிலும் பன்னிரண்டாம் வகுப்பிலும் மாவட்டத்திலேயே முதலாவதாகத் தேர்ச்சியானவர். பத்தாம் வகுப்புப் பொதுத் தேர்வில் இவர் பெற்ற மதிப்பெண் 96%. பன்னிரண்டாம் வகுப்பில் 98.25% மதிப்பெண்கள் பெற்று அசத்தியிருக்கிறார். CISCE (Council for the Indian School Certificate Examinations)

தேர்வு முறையில் இவர் பயின்றார். பின்னர் டெல்லியில் இருக்கும் ஸ்ரீராம் காலேஜ் ஆஃப் காமர்ஸில் எகனாமிக்ஸ் ஹானர்ஸ் பட்டம் பெற்றார்.

இளம் வயதில் இருந்தே தான் ஓர் ஐஏஎஸ் அதிகாரியாக வேண்டும் என்பதே அனன்யாவின் விருப்பம். 2019ஆம் ஆண்டி லிருந்தே மத்திய அரசு நடத்தும் ஐஏஎஸ் தேர்வெழுதத் தயாரானார். இவர் தமது முதல் முறையிலேயே அகில இந்திய அளவில் 51ஆவது ரேங்க் பெற்றுத் தேறினார். அப்போது இவருக்கு வயது 22 மட்டுமே!

நாளொன்றுக்கு 7 முதல் 8 மணி நேரம் வரை தேர்வுக்காக இவர் கடுமையாக உழைத்திருக்கிறார். ஆரம்ப கட்டம் மற்றும் மெயின் தேர்வுகளுக்கு ஒரே சமயத்தில் தயாராகியிருக்கிறார்.

வாசிப்பது இவருக்கு விருப்பமான ஒன்றாகும். சிந்தசைஸர் என்னும் இசைக் கருவியை வாசிக்கவும் தெரியும். தற்போது மேற்கு வங்கத்தில் பணியமர்த்தப்பட்டிருக்கும் அனன்யாவை இன்ஸ்டா கிராமில் 44,800 நபர்கள் பின்தொடர்கிறார்கள். சமூக வலை தளங்களில் சுறுசுறுப்பாய இயங்கி வருகிறார் அனன்யா.

கொண்ட குறிக்கோளில் உறுதியாக நின்று, அர்ப்பணிப்புடன் கடின உழைப்பையும் கொடுத்தால் வெற்றிக்கனியை நிச்சயம் பறிக்கலாம் என்பதற்கு இளம் வயதிலேயே சாதித்துக் காட்டியிருக்கும் அனன்யா சிங் ஒரு நல்ல உதாரணம்.

42. உமா ரமணன்

மேடைக் கச்சேரிகளிலும், திரைப்படங்களிலும்
இசை மழை பொழிந்தவர்

'பூங்கதவே தாழ் திறவாய்' என்ற பாடல் மூலம் ரசிகர்களின் மனதில் நிலைபெற்றவர் உமா ரமணன். அந்தப் பூங்கதவு இனித் தாழ் திறக்காது. 2024 ஆம் ஆண்டு, மே மாதம் 1 ஆம் தேதி, உடல்நலக் குறைவால் அவரது அடையாறு இல்லத்தில், தமது 69ஆவது வயதில் காலமானார் உமா ரமணன். இவருக்குக் கடந்த சில காலமாகவே உடல்நலம் குன்றியிருந்தது.

இனிமையான தனித்துவம் மிக்க குரல், தெளிவான உச்சரிப்பு ஆகியன உமா ரமணனின் தனிச் சிறப்புகள். கடந்த 35 ஆண்டுகளாக ஆயிரக்கணக்கான மேடைக் கச்சேரிகளில் இவரது பாட்டுக்கள் இன்னிசை மழையைப் பொழிந்திருக்கின்றன.

உமாவுக்கு இசை ஆர்வத்தைத் தூண்டியது அவரின் பெற்றோர்தான். பழனி விஜயலட்சுமியிடம் பாரம்பரிய இசையைக் கற்றார். கல்லூரிக் காலத்திலேயே பல போட்டிகளில் கலந்து கொண்டு பரிசுகளை அள்ளியிருக்கிறார்.

பிரமாதமாகப் பாடும் ஆற்றல் பெற்ற உமாவுக்கு நன்கு நடனம் ஆடவும் தெரியும் என்பது பலரும் அறியாத செய்தி. பத்மா சுப்பிர மணியத்திடம் முறையாக நடனம் கற்றுக் கொண்டிருக்கிறார்.

ஆரம்ப காலத்தில் ரமணனின் இசைக் குழுவில் பாடி வந்தார் உமா. பிறகு ரமணனைக் காதலித்துத் திருமணம் செய்து கொண்டார். இந்தத் தம்பதிக்கு விக்னேஷ் ரமணன் என்று ஒரு மகன் இருக்கிறார். அவரும் இசைக் கலைஞரே ஆவார்.

இவரது முதல் சினிமாப் பாடல் 1978ஆம் ஆண்டு வெளியான 'கிருஷ்ண லீலை' படத்தில் இடம் பெற்றது. அந்தப் படம் வெளி யான ஆண்டு 1978. இளையராஜா உமாவுக்கு அதிகமான வாய்ப்புக் களைக் கொடுத்தார். ஏறக்குறைய 100 பாடல்களை இளையராஜா இசையில் இவர் பாடியிருக்கிறார்.

எம்.எஸ்.விஸ்வநாதன், சங்கர்-கணேஷ், டி.ராஜேந்தர், தேவா, எஸ்.ஏ.ராஜ்குமார், சிற்பி, மணி சர்மா, ஸ்ரீகாந்த் தேவா, வித்யாசாகர் ஆகியோரின் இசையமைப்பிலும் உமாவின் குரல் ஒலித்திருக்கிறது. ரமணன் இசையமைத்த 'நீரோட்டம்' திரைப்படத்தில் ரமணனுடன் சேர்ந்து பாடியிருக்கிறார்.

மிகப் பெரிய திறமைசாலியாக இருந்தபோதும் தம் மீது ஊடக வெளிச்சம் விழுவதை உமா விரும்பியதேயில்லை.

ஆனந்த ராகம், பூபாளம் இசைக்கும், செவ்வந்தி பூக்களில் செய்த வீடு, மெல்லப் பேசுங்கள், கஸ்தூரி மானே, நீ பாதி நான் பாதி போன்ற ஏராளமான பாடல்கள் இசை ரசிகர்களின் நெஞ்சில் நீங்கா இடம் பெற்று நிலைத்திருக்கும்!

நூலாசிரியர் பற்றி...

'லதானந்த்' என்ற புனைபெயரில் எழுதிவரும் இவரது இயற்பெயர் டி.ரத்தினசாமி. கோவையின் துடியலூரைச் சேர்ந்தவர். இவரது தந்தை ஆர்.திருஞானசம்பந்தம், கோவையில் இருந்து வெளியான, 'வசந்தம்' இதழின் ஆசிரியரும் உரிமையாளரும் ஆவார். கொங்கு வட்டார வழக்கில் புகழ்பெற்ற நாவல்களை எழுதிய ஆர்.ஷண்முகசுந்தரம் இவரது பெரியப்பா.

30 ஆண்டுகள் தமிழக அரசின் வனத் துறையில் பணியாற்றி, உதவி வனப் பாதுகாவலர் பதவியில் இருந்து ஓய்வு பெற்றவர். பின்னர் ஆனந்த விகடன் குழுமத்தில் இருந்து வெளியான டாக்டர் விகடனில் பணியாற்றியிருக்கிறார். கல்கி குழும இதழான கோகுலம் சிறுவர் இதழில் ஐந்தாண்டுகள் பொறுப்பாசிரிய ராகவும், கல்கி குழும 'பரதன் பப்ளிகேஷனஸ்' நிறுவனத்தின் பதிப்பாசிரியராகவும் பணியாற்றியிருக்கிறார்.

மெமரி பூஸ்டர், பிருந்தாவன் முதல் பிரயாகை வரை, எனப்படுவது, வாங்க பழகலாம், சாதனைத் திலகங்கள், பெண்கள் அல்ல & சாதனையாளர்கள், வாழ்வியலின் உண்மைகள், நீலப் பசு, மாத்தி யோசிங்க பாஸ், புண்ணியம் தரும் புற்றுக்கோவில்கள், வனங்களில் வினோதங்கள் ஆகிய தலைப்புகளில் எழுதப் பட்டிருக்கும் இவரது நூல்கள் குறிப்பிடத்தக்கன. இன்னும் இவரது சில நூல்கள் விரைவில் வெளிவர இருக்கின்றன.

உடைந்த கண்ணாடிகள், பாம்பின் கண் தமிழ் சினிமா ஓர் அறிமுகம் போன்ற நூல்களை ஆங்கிலத்தில் இருந்து தமிழுக்கு மொழிபெயர்த்துள்ளார்.

இவர் எழுதிய நூற்றுக்கும் மேற்பட்ட சிறுகதைகள், ஆயிரத்துக்கும் மேற்பட்ட கட்டுரைகள், பல கவிதைகள் பலவும் பிரபல வார, நாளிதழ்களில் வெளியாகியிருக் கின்றன; வெளியாகிக் கொண்டும் உள்ளன.